NGỤ NGÔN TÌNH 2
# MÙA GIÓ CHƯỚNG

**Ngụ Ngôn Tình 2 - MÙA GIÓ CHƯỚNG**
Thơ Tống Thu Ngân
Bìa: Nguyễn Thành
Tranh bìa: Họa sĩ Tín Đức
Phụ bản: tranh họa sĩ Khánh Trường
Trình bày: Nguyễn Thành
Nhân Ảnh Xuất Bản 2019
ISBN: 9781927781883
Copyright © 2019 by Tong Thu Ngan

*Tống Thu Ngân*
(Mimosa Tím)

NGỤ NGÔN TÌNH 2
# MÙA GIÓ CHƯỚNG

**Nhân Ảnh**
2019

# LỜI TỰA

Nhà thơ *Nguyễn Thành*

Chủ đề MÙA GIÓ CHƯỚNG của thi phẩm Ngụ ngôn tình 2 làm ta liên tưởng đến hàng năm từ tháng 11 năm trước đến tháng 4 của năm sau có luồng gió từ phía Đông Bắc mang luồng khí lạnh xâm nhập vào Việt Nam tạo thời tiết bất ổn, ảnh hưởng nhất là vùng Bắc bộ và Bắc Trung bộ, riêng các tỉnh ven biển Tây Nam bộ thì gió thổi cắt ngang bở biển gây gió to, sóng lớn làm ngập mặn sâu vào đất liền, ảnh hưởng nặng nề các vùng thâm canh và chăn nuôi thủy sản...

MÙA GIÓ CHƯỚNG chẳng ai mong nó đến, nhưng Tống Thu Ngân lại đưa nó vào thơ gợi lên một ẩn ý sâu sắc trong bản trường ca ngụ ngôn tình mà tác giả đã gởi gắm tâm hồn bằng những cảm xúc tình yêu quê hương, gia đình, con người và vạn vật... Lần này với thi phẩm Ngụ ngôn tình 2 - MÙA GIÓ CHƯỚNG lại là sự thổn thức của trái tim yêu thương của đôi nam nữ, của tình vợ chồng với những đoạn trường... như tâm điểm của tập thơ này.

Tình yêu chẳng ai định nghĩa được, từ khi con người biết đọc biết viết, từ khi thế giới sản sinh ra những nhà thơ, nhà văn đầu tiên cho đến ngày nay, họ đã tốn biết bao nhiêu giấy mực để nói về nó, nhưng đến nay tình yêu vẫn chỉ là khái niệm trừu tượng trong sự nhớ nhung lẫn những yêu, ghét, giận hờn, thù nghịch… để rồi tạo ra biết bao là cảnh đoạn trường đau khổ, hạnh phúc chỉ thoáng qua bằng sự cảm nhận mà không nắm bắt được.

Phải chăng MÙA GIÓ CHƯỚNG là tâm trạng của tác giả gởi gắm trong tập thơ này và mượn ngôn ngữ để chuyển tải những trắc trở lòng mà tác giả không thể nói hết bằng lời…

Trước khi đi sâu vào tập thơ, tôi xin dẫn một đoạn thơ của người xưa:

*Quân tại Tương giang đầu*
*Ngã tại Tương giang vỹ*
*Tương tư bất tương kiến*
*Đồng ẩm Tương giang thủy…*

(Trích Trường tương tư – Tác giả Lương Ý Nương)

Từ đó, ta thấy MÙA GIÓ CHƯỚNG như một nghịch cảnh, chàng đầu sông, thiếp cuối sông, tương tư mà không thấy mặt dù đang ở trên cùng một dòng sông…

MÙA GIÓ CHƯỚNG cũng cảnh đó nhưng lồng trong một thế giới ẩn dụ đầy màu sắc của miền quê thanh bình khiến cảm xúc tình yêu nhẹ nhàng lan tỏa miên man mà thấm đẫm. Khi ở hai đầu nỗi nhớ, hình ảnh giản dị của một ngôi nhà với hạnh phúc nhẹ nhàng ấm áp, một bóng hình người thân quạnh hiu trong đợi chờ làm chạnh lòng kẻ phương xa khiến phải ngập ngừng cánh thiên di mau tìm đường quay về tổ ấm..

*Nhà quê khói tỏa mông lung*
*Che vừa đủ ấm chăn mùng có nhau*
*Qua cơn giông gió thương đau*
*Từ trong tan tác vẫy chào hừng đông*

*Cuộc đời sắc sắc, không không*
*Cầm tay hội ngộ còn mong ước gì*
*Lệ mừng rơi ướt bờ mi*
*Từ trong mất mát thầm thì gọi nhau...*

(Qua cơn giông)

Phong cách ngụ ngôn là điểm nhấn trong MÙA GIÓ CHƯỚNG, cả một tuổi thơ khắc nghiệt đã đẩy đưa Tống Thu Ngân chìm trong một thế giới tràn ngập hương vị đồng nội, cô nhớ từng ngọn cỏ, từng cọng rau, từng loại quả…, nhớ những ngày hè đội nắng mò cua bắt ốc, tát đìa bắt cá, bắt cả những loại động vật chẳng ai dám bắt, rồi chế biến thành những món ăn dân dã ngon lành. Ở độ tuổi ăn chưa lo, nghĩ chưa tới, những đứa trẻ may mắn, chỉ biết thưởng thức vô tư thì Tống Thu Ngân lại nuốt ngược nước mắt với những hạt lúa mót ngoài đồng của vụ mùa thất bát cùng những món ăn đạm bạc theo mùa. Những giọt nước mắt ấy làm thức dậy sớm cái bản năng vươn lên của một con người, rồi cô không khóc nữa để âm thầm chịu đựng, để dấn thân, để tự mình mở ra con đường sống không chỉ cho riêng mình, mà còn cho những đứa em và chung vai gánh trách nhiệm cùng cha mẹ đưa gia đình đi qua bờ vực của đói khổ trong nỗi xót xa của đấng sinh thành. Tâm hồn vị tha quảng đại cùng sự dấn thân đã làm nên nhân cách của một hồn thơ, từ đấy mà mỗi vật thể ở bất cứ ở dạng nào cũng làm cho tâm hồn Tống Thu Ngân xao động và chuyển tải tình cảm con người thành một sự giao thoa tuyệt vời, bởi vậy mà:

*Yêu nhau thì phải vì nhau*
*Giá như có thể chịu đau thay mình*
*Em đây cũng sẽ lấy mình*
*Sẻ san một chút lặng thinh cuộc đời*

*Trái me chín rộn chiều rơi*
*Thương người đang ở phương trời xa xăm*
*Lòng đau, gan ruột tím bầm*
*Hái me dốt bột thì thầm nhớ anh...*

(Me dốt bột)

Hương vị me khiến ruột gan tím bầm mà vẫn thì thầm nhớ anh, một sự cảm nhận sâu sắc, tinh tế làm xốn xang người đọc và làm thức tỉnh cách nhìn hời hợt của một số người vô tình đã quên phí cõi mơ mộng khi bận bịu với những mưu sinh tranh giành trong vòng xoáy cuộc đời khiến cho trái tim ngày càng khô khan, đơn điệu....

Tuy vậy, tình yêu không chỉ đơn giản giữa hai người khác phái, nó còn ràng buộc bởi nhiều thứ tình cảm khác nhau để nuôi dưỡng tâm hồn mình hoàn thiện trong cuộc sống, ví như nếu không có cha mẹ thì mình sẽ không hiện hữu trên đời, và thiếu công lao dưỡng dục của cha mẹ thì cũng khó thành người, nên Tống Thu Ngân vẫn dành một góc riêng trân trọng cho đấng sinh thành, và cách thể hiện bằng sự thương yêu, lo lắng của Tống Thu Ngân đã làm độc giả dâng tràn cảm xúc:

*Ở Houston cũng vừa báo bão*
*Ở hai đầu, hai khúc ruột cùng đau*
*Chỉ mẹ thôi, tất cả dạt dào*
*Giọt nước mắt nghẹn ngào thương nhớ mẹ...*
(Mẹ ơi con sẽ về)

Cũng không thể quên công lao của người thay mặt cha mẹ dẫn dắt mình trên đường đời, những thầy cô trong suốt quá trình học tập, những người đã cho mình kiến thức, xây dựng nền tảng đạo đức trong quá trình phát triển, sự tư duy, kinh nghiệm sống… và trong tinh thần "Uống nước nhớ nguồn" Tống Thu Ngân cũng làm cho mạch thơ của cô thêm phong phú đa dạng đầy tính nhân văn:

*Tôi yêu những người thầy*
*Tôi yêu mẹ, kính cha*
*Tôi yêu những người già*
*Cho tôi bao từng trải*

*Cảm ơn những người thầy*
*Lòng tôi rất thơ ngây*
*Yêu là cho đi hết*
*Cảm ơn cuộc đời này...*

(Cảm ơn những người thầy)

Ở một ngữ cảnh khác, làm thân người Việt xa xứ, thi

nữ Tống Thu Ngân cứ đau đáu những nỗi niềm với quê hương, dù ở hoàn cảnh nào, ở đâu thành công hay thất bại thì cái nếp quê nhà không chỉ riêng Tống Thu Ngân mà còn cả những người Việt khác đang ở khắp nơi trên địa cầu này đều trân trọng gìn giữ bản sắc của dân tộc, của vùng miền. Với Tống Thu Ngân tình yêu đó được thể hiện tinh tế, nhẹ nhàng… Có lẽ do quá trình tích lũy kinh nghiệm từ những năm giảng dạy môi trường đại học, thấu hiểu tâm lý nên cách truyền tải của thi nữ Tống Thu Ngân tránh được khuôn mẫu giáo điều khiến người đọc cảm nhận sâu hơn, dạt dào hơn…

*Về miền Tây ăn bún mắm anh ơi*
*Bún đậm hồn quê, rất tuyệt vời*
*Và rau với mắm ngon, ngon lắm*
*Miếng đậu, miếng cà nghe chơi vơi.*

(Bún mắm)

Với chất lục bát mang âm hưởng ca dao đậm chất Nam bộ, thi sĩ Tống Thu Ngân đã cống hiến cho đời một bản trường ca ngụ ngôn tình yêu ngọt ngào đậm chất dân gian với phong cách riêng biệt khó lẫn, với nội lực tiềm tàng như dòng suối nguồn bất tận những câu nhuệ nhân sinh bằng thơ. Một trong những bài thơ mà tôi tâm đắc nhất trong MÙA GIÓ CHƯỚNG là:

**TA SẼ NẮM TAY NHAU VƯỢT LÊN SỐ PHẬN**

*Ta sẽ nắm tay nhau vượt lên số phận*
*Xin anh đừng buồn, đừng nghĩ, đừng lo*

*Ông trời không bắt ai phải trễ mãi chuyến đò*
*Ta sẽ nắm chặt tay nhau cùng vượt lên số phận*

*Yên lòng nhé anh ơi hãy ngủ*
*Sáng ngày mai mọi chuyện sẽ yên lành*
*Trời không bắt ai cứ mãi phải lanh chanh*
*Cứ mãi khổ không một ngày vui trọn vẹn*

*Ngủ đi anh, ngủ cho giấc ngoan nồng*
*Em ngồi canh cho anh yên lòng ngủ*
*Sáng ngày mai chúng mình cùng vượt lũ*
*Có em rồi anh hãy mạnh mẽ lên*

*Anh làm được mà, em biết anh làm được*
*Em rất biết anh không bao giờ thua cuộc*
*Nắm lấy tay em trong mọi phút giây*
*Thần hộ mệnh sẽ cùng anh vượt biển*

*Ngủ đi anh, ngày mai trời sẽ bình yên*
*Sóng gió qua rồi, sẽ không còn bão biển*
*Nắm tay em ta đi khắp mọi miền*
*Cười rạng rỡ với đàn con thơ dại...*

Sao mà ngọt ngào quá, những lời yêu thương động viên cùng tựa vai nhau vượt qua gian nan, như con thuyền vượt qua ngọn sóng trùng điệp của đại dương với tay chèo tay lái của hai người yêu nhau sẽ về tới bến bờ viên mãn.

Mùa gió chướng theo nghĩa đen và cả nghĩa bóng

cũng đều đem đến sự đau khổ, buồn phiền cho người, nhưng với Ngụ ngôn tình 2 – MÙA GIÓ CHƯỚNG mở lối cho tâm hồn thơ đi vào thế giới tràn ngập một tình yêu bất tận với sự thấu hiểu sẻ chia, với tâm hồn cao thượng tôn vinh sự hy sinh cho nhau, bao dung quảng đại hướng con người đến Chân, Thiện, Mỹ vượt qua mọi trở ngại để đến với tình yêu vĩnh cửu…

Ngụ ngôn tình 2 – MÙA GIÓ CHƯỚNG tự thân đã có một giá trị nhất định sẽ mãi trường tồn với thời gian…

*Sài Gòn, tháng 12-2018*
**Nguyễn Thành**

# LỜI GIỚI THIỆU
# MÙA GIÓ CHƯỚNG

Nhà văn *Mạc Dung*

**K**hi gió đông bắc giành ngọn trong những ngày đầu, âm thanh gió và tiếng kêu của lá nghe thật khác lạ! Với 9 tháng làm quen với gió nam và tây nam, những chiếc lá trên cành đã ngủ yên trên triền đồi gió với một hướng thân quen. Đông về mọi cái thay đổi lạ! Mái lá, chồi rơm và những tên bù nhìn ngoài đồng vắng lại rùng mình với tiết trời khác lạ... Bấc non rồi! Mùa gió chướng đã về. Mùa của tuổi thơ phiêu bồng một thuở với bao kỷ niệm vui buồn...

Bên kia sườn đồi có là bao?

Già để hóa thành trẻ nhỏ!

Mùa gió chướng chứa bao nỗi nhớ khi tái da, căng mặt hứng cái lạnh từ phương bắc với những cơn mưa đông thắt ruột tím gan… Trắng đồng là màu đất cũng đổi thay. Sự thay đổi kỳ lạ nhất trong năm. Triệt để. Buồn vui. Yêu ghét… khi gió đông hiện thân về…

Mùa Gió Chướng của Tống Thu Ngân cũng vậy! Cùng thi phẩm nhưng chứa đầy hoài niệm. Lời thơ miên man đi vào vùng xưa cũ làm bồi hồi, xúc động… Nhớ! Âm thanh của mái lá khi đón nhận gió đầu đông trong một giấc nồng chợt tỉnh…

Thức thôi! Cùng ra đồng chài lưới, hái trái, chao tép, bắt tôm…

Cái lạnh tận xương làm làn da tím ngắt. Răng đánh vào nhau nhưng nhất định không về.

Nội đồng và hương vị me non. Món ăn dân dã đầy màu sắc… Tất cả hiện thân nhiều trong Mùa Gió Chướng…

*Đến quê em xin mời tô bún cá*
*Đã ăn rồi về năn nỉ má nha anh*
*Bún cá em nấu không tanh*
*Mà nghe hương cá long lanh mắt cười*

*Bún cá em nấu tuyệt vời*
*Cà chua, thơm chín, xin mời anh ăn*
*Ăn rồi chớ có lăn tăn*
*Thương tô bún cá lăng xăng cả đời*

*Bún em gom hết chiều trôi*
*Thì là, hành ớt, mây trời, nắng mơ*
*Bún nầy, bún đợi, bún chờ*
*Bún đưa, bún đẩy, tình vờ mà vui*

*Bún em dấp cá ngậm ngùi*
*Rau răm tình tự, rau mùi bơ vơ*
*Trắng trong cọng giá như tơ*
*Củ hành, rau húng chơ vơ giữa chừng*

*Yêu nhau chẳng đặng thì đừng*
*Thương tô bún cá xin đừng phụ nhau*
*Sá gì những cơn mưa rào*
*Ăn tô bún cá thương nhau tới già...*

(Bún Cá)

Mùa gió chướng ngập trắng hoa so đũa. Mùa này cá linh về... Một bát canh chua với hương vị đồng nội khiến khách đi xa mấy mươi năm vẫn nhớ về...

Trải niềm trên con chữ, thơ Tống Thu Ngân kéo tuổi lớn quay về với ngày khờ dại, mộc mạc chân chất. Hồn nhiên. Thân thiện. Vui tươi... là tất cả niềm mơ ước khi con người nhận ra càng đi xa càng đánh mất...

Hoài niệm về mùa "cá nhảy hầm" khi cái lạnh của ruộng cạn làm mất cân bằng sinh thái. Cá đi tìm nguồn nước ấm hơn theo bản năng di truyền dòng họ. Những ký ức chợt hiện về khi Mùa Gió Chướng của nữ sĩ Tống Thu Ngân tràn ngập lòng người với bao cảm xúc. Lời thơ khiến tôi nhớ như in khi cùng đứa em bà con chú bác ruột, dầm mưa đông, chài lưới kiếm cá tép cho một buổi ăn. Cái lạnh khiến răng đánh vào nhau lập cập, da tái đi, tai nhức bưng bức, vẫn cắn răng chịu đựng không nỡ rời xa khung cảnh nội đồng…

Rét giá chưa bao giờ là nỗi sợ hãi của tuổi trẻ. Mùa lạnh như thử thách sự chịu đựng đòi hỏi thích nghi. Bản lĩnh từ đó sinh ra…

Trăng đêm như có sương mù. Khí lạnh mờ ảo len qua từng cành cây kẽ lá. Mùa Gió Chướng sậm hơn, thiết tha hơn cho những đôi trai gái yêu nhau qua căn chòi nghi ngút lửa. Câu hò điệu hát ngân vang xen lẫn tiếng cười…

Nữ sĩ Tống Thu Ngân cho thấy sự trải nghiệm chiều sâu lẫn chiều ngang khi đề thơ về đông giá. Kinh nghiệm sống bàng bạc. Trí nhớ linh mẫn. Thể hiện đa dạng. Cảm xúc đạt cao trào. Dòng tình thi như dìu dắt người đọc trở về với tháng năm cũ, bến nước đò xưa, của Mùa Gió Chướng mà đời người ai cũng từng trải qua…

Tiếng rì rào cây lá đang hứng gió đông sang. Tiếng vạn vật rùng mình đón tiết trời thay đổi… Mùa Gió Chướng của nữ sĩ Tống Thu Ngân là như vậy!...

*Có một loài hoa rất bình thường*
*Mình trần, chân đất rất dễ thương*
*Mọc hoang bờ ruộng hay vườn vắng*
*Ai cũng biết em kém sắc hương*

*Nhưng có một ngày bừng sáng lên*
*Tôi tìm thấy em ở ven đường*
*Muốn gọi tên em, nhưng không biết*
*Tôi chỉ biết rằng em dễ thương*

*Rồi có một ngày biết tên em*
*Bách nhật ơi, tên em quá êm đềm*
*Âm thầm mưa nắng em dầu dãi*
*Chịu hạn, chịu khô vẫn ngọt mềm...*
(Thương Em Cúc Bách Nhật)

Hay:

*Chiều chiều ra đứng ngõ sau*
*Thấy bông điên điển nghẹn ngào nhớ anh*
*Giả đò mua khế, bán chanh*
*Chèo thuyền nước ngược thăm anh một lần*

*Đi xa rồi cũng về gần*
*Trông anh cứ ngó đầy sân nắng vàng*
*Con mèo nằm ngủ mơ màng*
*Thương bông điên điển, phận nàng bơ vơ*

*Chiều buồn con sáo làm thơ*
*Con trùn biết chạy, thằng khờ làm vua*
*Đêm đêm lặng ngắm sao Rua*
*Bốn phương, tám hướng về chưa hỡi chàng...*
(Chiều Bông Điên Điển)

Dù đồng cạn hay đồng sâu. Dù đại ngàn hay phố thị. Chất thơ ngan ngát trải niềm vào lòng người đọc như khung trời xưa cũ mà ngày nay đang đi vào quên lãng... Nhà thơ Tống Thu Ngân không chấp nhận sự phí phạm vùng ký ức cực đẹp ở tuổi ấu. Nữ sĩ đã vực dậy, thổi hồn vào con chữ khiến cho bao phong tục, ẩm thực đồng nội được sống dậy lung linh trước nắng mai...

Tân đông gợi nhớ nhiều kỷ niệm! Khoảnh khắc khiến con người quay trở lại với tuổi trẻ: Mái nhà tranh. Bếp lửa ấm. Nồi bắp. Đĩa khoai… Hiện ra trước mắt như tâm sự khách viễn xứ khi nhớ về cố hương…

Dòng Ngụ Ngôn Tình của nhà thơ Tống Thu Ngân cứ gắn kết mãi với thiên nhiên phong phú, gợi tình qua vùng thôn dã đã nuôi lớn con người từ trong gian khó. Những mảnh ký ức không xám tối mà lại rực sáng qua con chữ bởi những tình thi ngan ngát hương đồng...

Dù đi ngược về xuôi. Dù vào Nam ra Bắc. Quê hương vẫn canh cánh với khách ly hương. Mượn ngụ ngôn nói về Mùa Gió Chướng: bát canh cua, tô bún cá, mẻ cá kho… trở nên sinh động lạ thường trong bút pháp người con gái xứ dừa…

*Đi qua miền nhớ, thấy nhớ thêm*
*Nhớ những chiều mò cua, bắt ốc*
*Nước mắm gừng và ớt thật cay*
*Nhớ sao là nhớ... nhớ... nhớ hoài*

*Đi qua miền nhớ, nhớ ngày xưa*
*Con mương nước cạn dưới bóng dừa*
*Chiều xỏ đập ơi bao nhiêu là tôm cá*
*Đổ bánh xèo, hái lá cách thiệt ngon*

*Đi qua miền nhớ, bánh xèo giòn*
*Nước cốt dừa em pha béo ngậy*
*Sóng sánh vàng bột nghệ cũng rất thơm*
*Đi qua mùa nhớ... quên hết dỗi hờn...*

(Đi Qua Miền Nhớ)

Mùa Gió Chướng lại về, sang trang một tiết mới. Ngụ Ngôn Tình Tống Thu Ngân không chỉ dừng lại đó mà còn tiếp tục tiệm cận nhiều màu sắc trong thi phẩm với nỗi nhớ dĩ vãng khôn nguôi...

Đặc sắc tình thi Tống Thu Ngân như hiện tượng văn học hiếm có trên khoảnh trời thơ bao la con chữ. Nhặt ghép. So sánh. Đối chiếu... Cuối cùng vẫn là ẩn dụ với thực thể vạn vật. Hiện tượng có một không hai này đã giúp tên tuổi Mimosa Tím phá ngưỡng đến với cộng đồng bằng con đường ngắn nhất...

Mùa Gió Chướng trong tôi lại có dịp trở mình cùng với thi phẩm mà Tống Thu Ngân đã cống hiến cho thi ca đất Việt và thế hệ mai sau...

*Saigon – 8.12.2018*
**MacDung**

# CHÂN DUNG TÁC GIẢ TỐNG THU NGÂN QUA PHỎNG VẤN CỦA NHÀ THƠ SỸ LIÊM

Nhân dịp Tống Thu Ngân xuất bản tập thơ thứ sáu của mình, và là tập thơ thứ tư được xuất bản trên nước Mỹ, nhà thơ Sỹ Liêm hiện sinh sống ở Pháp có gửi cho Tống Thu Ngân một bài phỏng vấn thay cho lời giới thiệu tập thơ.

NGỤ NGÔN TÌNH 2 - MÙA GIÓ CHƯỚNG, NXB NHÂN ẢNH USA, xin giới thiệu với các bạn thơ và bạn đọc trong và ngoài nước.

Xin chân thành cảm ơn!

*Houston, December, 22/2018*

*1/. Chào chị Tống Thu Ngân - bút danh quen thuộc Mimosa Tím, thật bất ngờ với tôi vì bài phỏng vấn này, thay cho lời giới thiệu dành cho thi phẩm thứ 4 in trong năm 2018 của chị, cảm xúc của chị hiện thời như thế nào?*

Trước hết TTN rất cảm ơn nhà thơ Sỹ Liêm đã giành thời gian quý báu của những ngày Giáng Sinh và tết dương lịch để viết cho TTN bài phỏng vấn này.

Thưa anh Sỹ Liêm, hiện tại TTN rất hạnh phúc, cái cảm giác sắp chào đón đứa con tinh thần của mình rất vui, rất trọn vẹn, rất hân hoan vì TTN thấy mình không đơn độc trên con đường thai nghén đứa con này. TTN đã được sự ủng hộ của VĂN HỌC UNESCOM, các bạn thơ và các bạn đọc trên con đường thơ NGỤ NGÔN TÌNH của mình.

*2/. Với sức sáng tác mãnh liệt cùng số lượng tác phẩm đa dạng về mặt nội dung, theo tôi biết chị đã viết hơn 1000 bài thơ; vậy nguồn cảm hứng ấy đến từ đâu? Và có bao nhiêu phần trăm chất liệu hiện thực trong tác phẩm của chị?*

Thưa anh Sỹ Liêm, cho đến hiện nay TTN đã viết hơn 1000 bài thơ, và mạch thơ ấy vẫn rạo rực chảy không ngừng trong dòng NGỤ NGÔN TÌNH của TTN.

Cảm hứng ấy từ đâu đến? Xin thưa là từ cuộc sống hiện thực mà TTN đã trải qua từ thuở ấu thơ cho đến hiện nay.

Có bao nhiêu phần trăm chất liệu hiện thực trong các tác phẩm?

Điều này thật khó mà nói chính xác, có một điều là những sự vật, địa danh, con người... mà TTN đưa vào thơ của mình thì khá chân thực, có thể đến tám mươi phần trăm.

Cũng có hư cấu trong tác phẩm của TTN, để thi vị hóa và đậm chất thơ, nhưng rất ít. Đa phần những nhân vật điển hình của nông thôn Việt Nam thời xưa, được TTN khái quát hóa tạo nên hình tượng nhân vật, là do TTN tìm hiểu qua các tiểu thuyết hoặc phim ảnh hiện thực về thời xưa, và qua lời kể của các cụ già lớn tuổi. Thời thơ ấu của TTN may mắn còn được sống và tiếp xúc với những cụ già còn giữ lại nếp sống cổ xưa, những cụ ông, cụ bà còn bới đầu và còn ngồi ngoáy trầu nhai bỏm bẻm và kể chuyện đời xưa... TTN là người rất thích lắng nghe và ghi nhận vào trong trí nhớ của mình. Có những cụ già chỉ biết chữ nho mà không hề biết chữ quốc ngữ nhưng trong đầu họ là cả một kho tàng ca dao tục ngữ, phong tục tập quán của người xưa...

Đặc biệt, TTN rất hứng thú với những nhân vật thời xưa, vì bản chất của họ thể hiện rất rõ ràng, nó tạo nên bức tranh sinh động về cuộc sống nông thôn, nền văn minh lúa nước...

**3/. Sau *"Chiều Nghiêng Nắng Quái"*, *"Cái Bẫy Chuột Và Miếng Phô Mai"*, *"Ngụ Ngôn Tình"* và bây giờ đến *"Ngụ Ngôn Tình 2 - Mùa Gió Chướng"*, chị đã từng đặt để, có sự so sánh giữa những đứa con tinh thần của mình chưa? Có bao giờ chị trăn trở, tiếc nuối hay còn cảm giác gì khác khi những đứa con tinh thần đã thành hình?**

TTN chưa bao giờ hối tiếc điều gì trong cuộc sống. Bởi lẽ TTN luôn sống chân thật, sống hết mình, những gì làm được cho ai và cái gì... ở thời điểm đó thì TTN đã làm hết sức mình rồi.

TTN là người sống không hối tiếc.

Từng tác phẩm theo thứ tự, đã thể hiện sự trưởng thành của TTN trên con đường thơ ca.

Đến tác phẩm thứ ba được in trên nước Mỹ là NGỤ NGÔN TÌNH thì TTN đã khẳng định được hướng đi của dòng thơ của mình. Giống như TTN đã tìm lại được chính mình, NGỤ NGÔN TÌNH, đó mới chính là TTN.

**4/. Xin chị hãy cho tôi và bạn đọc biết một chút về tiểu sử của mình?**

Thưa anh Sỹ Liêm và các bạn, cuộc đời của TTN không có gì đặc biệt hết, xuất thân là đứa bé con nhà nghèo ở nông thôn miền Tây Nam bộ. Thời thơ ấu của TTN sống giữa hai lằn đạn của cuộc chiến tranh tương tàn. Cho đến bây giờ TTN cũng chưa lý giải được làm sao mình còn sống được ở trên đời mà còn làm thơ về dây bầu, dây bí nữa...

Có lẽ trong cái sự sống chết đã làm cho TTN hiểu rằng, mình phải hiểu biết về tất cả xung quanh mình thì mới tìm con đường sống được.

Đó chính là sự giải mã những kiến thức về cuộc sống hiện thực mà sau này được tái hiện trong suốt dòng thơ của TTN.

TTN, sinh ra ở Bạc Liêu, có thời gian học Trung học ở Bến Tre, và giảng dạy ở trường Đại Học Sư Phạm TP HCM.

TTN còn có nghề tay trái là làm vườn, trồng hoa, trồng cây ăn trái... đó là lý do TTN thích sống ở đại ngàn, gắn bó với đại ngàn và yêu đại ngàn mênh mông.

Hiện nay TTN sống ở Mỹ.

Sinh nhật của TTN là ngày 11 tháng Tám.

Còn tuổi ư? Không nên biết, đó chỉ là những con số, hãy để TTN vui tươi, nhí nhảnh, trẻ mãi như chính dòng NGỤ NGÔN TÌNH của mình.

*5/. Chị bắt đầu sáng tác vào khoảng thời gian nào? Có được khuyến khích chứ? Nguyên nhân chị tìm đến văn chương?*

Thời trung học, tôi học ban C. Nhưng khi vào đại học tôi lại theo chuyên ngành khác, đời sinh viên lúc đó quá khó khăn, lúc đó tôi ốm nhom, cao nhòng, cân chỉ được 39 ki lô. Tôi và các bạn kiếm sống bằng cách đi dạy kèm.

Kỳ lạ, tôi học chuyên ngành khác, nhưng lại dạy kèm văn chương. Tôi dạy giống như bản năng của mình, không cần phải cố gắng chút nào hết. Tôi nói việc này vì tôi nghĩ rằng có lẽ ông Trời cho tôi cái năng khiếu bẩm sinh.

Tôi tham gia facebook rất trễ, mãi đến năm 2014 tôi mới viết vài bài thơ đăng lên facebook, nhưng tôi chỉ làm thơ trên điện thoại và đánh chữ không biết bỏ dấu vì điện thoại tôi cài đặt sử dụng bằng tiếng Anh.

Một anh bạn thân ở VN nói rằng thơ tôi không bỏ dấu, đọc không hiểu gì hết. Thế là tôi làm xong bài nào thì gửi về cho anh ấy bỏ dấu, rồi gửi qua cho tôi đăng lên facebook.

Được một thời gian, chán quá anh ấy nói Thu Ngân phải tập bỏ dấu đi... thế là tôi tự mò mẫm và làm được.

Vì cuộc sống tôi phải đi làm, nên thời gian này tôi viết rất ít. Mãi đến cuối năm 2016, đến 2017, 2018 tôi mới viết nhiều, và trên 1000 thi phẩm tôi viết hầu hết vào 2 năm, 2017 và 2018.

Nguồn động viên để tôi làm thơ đó chính là các bạn thơ, bạn đọc, các nhạc sĩ và ca sĩ.

Từ khi dòng thơ NGỤ NGÔN TÌNH của tôi ra đời, thì các độc giả đủ mọi tầng lớp xã hội trong và ngoài nước rất yêu thích và động viên tôi, thơ tôi đem đến cho mọi người món ăn tinh thần mà lâu nay người ta khao khát, cảm thấy thiếu thốn, khó chịu... nhiều người vỡ òa cảm xúc khi đọc các bài thơ ngụ ngôn, già, trẻ, nam, nữ đều nhắn tin cảm ơn tôi, đó là phần thưởng và nguồn động viên tôi viết không bao giờ biết chán hay mệt mỏi. Kho tàng ngụ ngôn trong tôi không bao giờ cạn.

Trong vòng 2 năm tôi đã có trên 100 bài thơ được các nhạc sĩ tên tuổi phổ nhạc, các ca sĩ rất thích hát nhạc phổ thơ của tôi, và một số bài đã được ra CD và hát trên đài phát thanh...

Đó chính là nguồn động viên rất lớn cho tôi trên con đường thơ ca!

Nguyên nhân tôi đến với văn chương?

Như là một lẽ đương nhiên. Khi tôi còn trẻ, tôi phải vật lộn với cuộc sống để cho các con tôi ăn học, tôi không có thời gian cho tôi, tôi đã bỏ quên bản thân mình, bỏ quên những ước muốn của mình và không công bằng với bản thân mình.

Mấy năm nay các con tôi tạm thời tự lo cho cuộc sống của chúng nó được, và tôi có quyền nghỉ ngơi để làm những điều mình thích.

***6/. Trong quá trình sáng tác, chị đã gặp những trở ngại gì? Chị tìm động lực từ đâu để rũ bỏ khó khăn và vượt qua chúng?***

Có thể nói tôi không có trở ngại nào trên con đường sáng tác. Tôi làm thơ và viết lời cho các ca khúc dễ như là thò tay vào túi lấy viên kẹo ra ăn vậy. (Cười)

***7/. Chị thích đọc/ học hỏi những tác giả nào? Ai là người ảnh hưởng đến phong cách sáng tác của chị?***

Thời trung học, cũng như các bạn, tôi được học theo chương trình chung, ban C thì học văn nhiều giờ hơn, nhưng tôi không thuộc nổi trọn bài thơ nào của một tác giả, tôi đọc qua và chỉ nhớ lại cảm nhận của mình về bài thơ đó thôi.

Có lẽ chính vì vậy mà tôi không bị ảnh hưởng bởi nhà thơ nào hết.

Trong thơ văn, tôi không thích đi theo lối mòn, không thích làm cho giống ai đó. Tôi phải là chính tôi, và tôi tự tin đi tới cùng theo con đường riêng của mình.

Nhưng ở đời, ông bà mình có nói " Không thầy đố mầy làm nên". Tôi có một người thầy thời trung học, đó là người thầy dạy văn rất tận tâm với tôi.

Đó chính là nhà giáo BÙI THANH KIÊN. Ông đã mất cách nay mấy năm rồi. Ông là tác giả của tác phẩm thơ Đồi Mai Vùi Kiếm, là nhà ngôn ngữ học, ông là tác giả của bộ sách quý giá PHƯƠNG NGỮ NAM BỘ GHI CHÉP VÀ CHÚ GIẢI...

Ngôn ngữ thơ của tôi giản dị, chân phương, trong sáng, dễ hiểu... là tôi được ảnh hưởng từ thầy, và thơ của tôi đậm chất chân quê cũng là ảnh hưởng từ thầy, cho dù đã hơn 40 năm rồi tôi vẫn nhớ phong cách văn chương của thầy.

Chất hài hước, hóm hỉnh, thỉnh thoảng cũng xuất hiện trong thơ tôi là cũng bắt nguồn từ người thầy kính yêu của tôi. Ông ấy là vua nói "láy". Thí dụ tên tôi là "Thu Ngân" thì thầy gọi tôi là "Thân Ngu"... Bút danh của thầy là "Hải Chu" thì thầy gọi mình là "Hủ Chai"...

**8/. Chị có đề ra một khuynh hướng, tôn chỉ hoặc nguyên tắc nào trong sáng tác không? Châm ngôn trong cuộc sống của chị là gì?**

Khi mới bắt đầu làm thơ, tôi nghĩ rằng, dứt khoát tôi không làm thơ tình theo kiểu thương vay, khóc mướn, rên rỉ và tuyệt vọng khi tình yêu tan vỡ hoặc bị phụ tình...

Tôi muốn thơ tôi là những vần thơ củng cố niềm tin và đầy hy vọng vào cuộc sống, vào tương lai.

Đọc thơ tôi người buồn sẽ cảm thấy vui, người muốn

chết sẽ thấy yêu cuộc sống vô cùng.

Tôi là một nhà sư phạm, cái bệnh nghề nghiệp nó theo tôi vào cả 1000 bài thơ. Không có bài thơ nào của tôi là vô nghĩa hết. Tất cả đều mang tính chất giáo dục một cách nhẹ nhàng, đôi khi hài hước.

Cho đến những bài thơ từ thứ 500 trở đi thì dòng Ngụ Ngôn Tình xuất hiện như một lẽ tự nhiên.

Cuộc sống ở thôn quê thời thơ ấu và những năm tháng gắn bó với đại ngàn, đã sống lại trong thơ tôi một cách mạnh mẽ. Có lẽ những chất liệu từ cuộc sống trong tôi nó đã quá căng đầy, tôi phải cho nó một nơi bộc phát... và dòng chảy Ngụ Ngôn Tình một cách tự nhiên đã ra đời.

Qua Ngụ Ngôn Tình, tôi phát hiện ra rằng, con người còn cần học và hiểu nhiều ở thiên nhiên. Mẹ thiên nhiên hiền hòa và dạy ta bao điều về cuộc sống... và tôi bắt đầu cuộc hành trình tìm về cội nguồn của dân tộc mình, nuôi dưỡng và bảo tồn nó cho con cháu chúng ta sau này còn biết đến cội nguồn, biết ông cha ta đã từng sống như thế nào, biết mình từ đâu mà ra và vì đâu mà sống, sống để làm gì... Đừng trở thành những con người thờ ơ, vô cảm, vô đạo đức...

Tôi hy vọng rằng một ngày nào đó dòng Ngụ Ngôn Tình của tôi được chính thức bước vào ngưỡng cửa của các trường học trong và ngoài nước. Tôi không cầu mong sự nổi tiếng. Mà tôi ước nguyện được góp phần vào việc giáo dục nhân cách và nhân sinh quan của con người thời hiện đại.

Châm ngôn yêu thích của tôi là "Chó sủa, đoàn lữ hành cứ đi".

**9/. Chị có nhận xét gì về "văn học mạng" facebook nói riêng và mạng xã hội nói chung?**

Trước hết cho tôi nói lời cảm ơn facebook. Không có facebook thì chúng ta bây giờ không biết ra sao nữa. Có lẽ sẽ là những con người trầm cảm và đầy mặc cảm. Facebook cho chúng ta cơ hội thể hiện mình, làm những điều mà trước đây nằm mơ cũng không làm được, Văn học mạng "trăm hoa đua nở", đây là một phạm trù lớn, xin phép không bàn trong phạm vi bài viết này.

Tất nhiên mỗi cá nhân sử dụng facebook một cách khác nhau theo mục đích riêng của mình.

Bên cạnh cái lợi mà facebook đem đến cho những người chân chính, nó cũng tạo điều kiện không ít cho những kẻ lừa đảo, "đục nước béo cò". Chúng ta cần tỉnh táo khi bước vào mạng xã hội này. Đây là một vấn đề lớn cần nhiều thời gian để phân tích, tổng hợp... (Tôi đã có một bài viết về mạng facebook rất chi tiết, trong phạm vi bài này, xin phép trả lời ngắn gọn).

**10/. Xin chị cho biết một số kỷ niệm buồn, vui trong quãng thời gian hoạt động của mình?**

Xin phép cho tôi nói chuyện buồn trước. Đó là việc bị đạo thơ, đạo thơ một cách công khai luôn. Họ copy nguyên si bài thơ của mình rồi mặc nhiên ghi tên họ là tác giả, rồi còn đăng hình của họ luôn, đăng ngay lên trang của họ luôn. Tất nhiên là mình phải vào nhà họ đòi lại đứa con tinh thần của mình, họ tự nhiên nói là có gì quan trọng đâu... buồn.

Vui thì nhiều lắm, mỗi lần có bài thơ mới thì có nhiều tin nhắn nói rằng rất thích, thích ăn các món ăn dân dã, hoặc những người ở nước ngoài thì nói bài thơ làm họ nhớ quê hương, hoặc họ đang buồn đọc thơ TTN họ cảm thấy lạc quan, yêu cuộc sống...

Vui hơn là những lần ôm những tập thơ mới xuất bản vào lòng, hạnh phúc vô cùng.

Vui nữa là khi đọc những lời giới thiệu, lời bình của nhà thơ Sỹ Liêm, Nguyễn Thành, nhà văn Mặc Dung, chị Hồng Trần, Nga Vũ... và một số nhà báo, nhạc sĩ, bạn thơ, bạn đọc...

Đó là những niềm vui lớn lao, khó tả, nguồn động viên vô hạn đối với TTN.

***11/. Theo chị hạnh phúc lớn nhất của người cầm bút là gì?***

Câu này khó đối với TTN nha anh Sỹ Liêm!

Hạnh phúc thì nhiều lắm. Nhưng hạnh phúc lớn nhất thì chỉ có một.

Đối với TTN, hạnh phúc lớn nhất của người cầm bút là khi tác phẩm của mình đi vào lòng đại đa số đọc giả. Người đọc tìm thấy bóng dáng của mình trong tác phẩm. Và từ tác phẩm đó, người ta tìm ra cho mình một hướng đi, hay kim chỉ nam trong cuộc sống...

***12/. Trong quá trình sáng tác, chị ước muốn điều gì và nuối tiếc điều gì?***

Thưa anh Sỹ Liêm, trong quá trình sáng tác, đối với TTN có một ước muốn là xin chính mình đừng bao giờ cạn nguồn cảm xúc, đừng bao giờ thiếu chất liệu về hiện thực cuộc sống, nhất là đừng bao giờ cạn đề tài.

Còn nuối tiếc điều gì?

Xin thưa, TTN là người sống không bao giờ hối tiếc. Cho nên trong sáng tác, TTN cũng không có gì phải hối tiếc. Ở thời điểm nào đó, ta phải làm như vậy, không thể làm khác hơn.

**13/. Nếu cho chị được chọn lựa lần nữa, liệu văn chương có phải là con đường mà chị theo đuổi?**

Nhà thơ Sỹ Liêm ơi! Kiếp này TTN không còn cơ hội để chọn lựa nữa, mà nếu có cơ hội thì ngoài văn chương ra TTN thích hội họa, thích vẽ những bức tranh để minh họa cho những bài thơ của mình phù hợp hơn và đẹp hơn.

**14/. Cuối cùng chị có điều gì muốn nói với gia đình, bạn bè và người đọc của mình?**

TTN muốn nói với ba mẹ của mình rằng, con cảm ơn ba mẹ đã cho con hình hài và trí tuệ này, con sẽ không phung phí dù là một chút xíu nào thành tựu của hai người đã tạo ra con.

Con mong hai người sống lâu để nhìn thấy và thưởng thức những tập thơ và những nhạc phẩm của con ra đời.

Với bạn bè, các bạn ơi hãy cùng TTN đặt chân đến

những nơi mình thích, chụp những tấm hình thật tuyệt và ăn những món ăn khi chúng mình còn có thể.

TTN chân thành cảm ơn quý độc giả trong và ngoài nước đã yêu mến dòng thơ của TTN.

TTN sẽ viết, viết nữa, viết mãi khi còn có thể để phục vụ mọi người...

Chân thành cảm ơn anh Sỹ Liêm đã dành cho TTN thời gian và buổi phỏng vấn quý báu này, một lần nữa, cảm ơn anh!

*Houston, December 22/2018*

**TỐNG THU NGÂN**

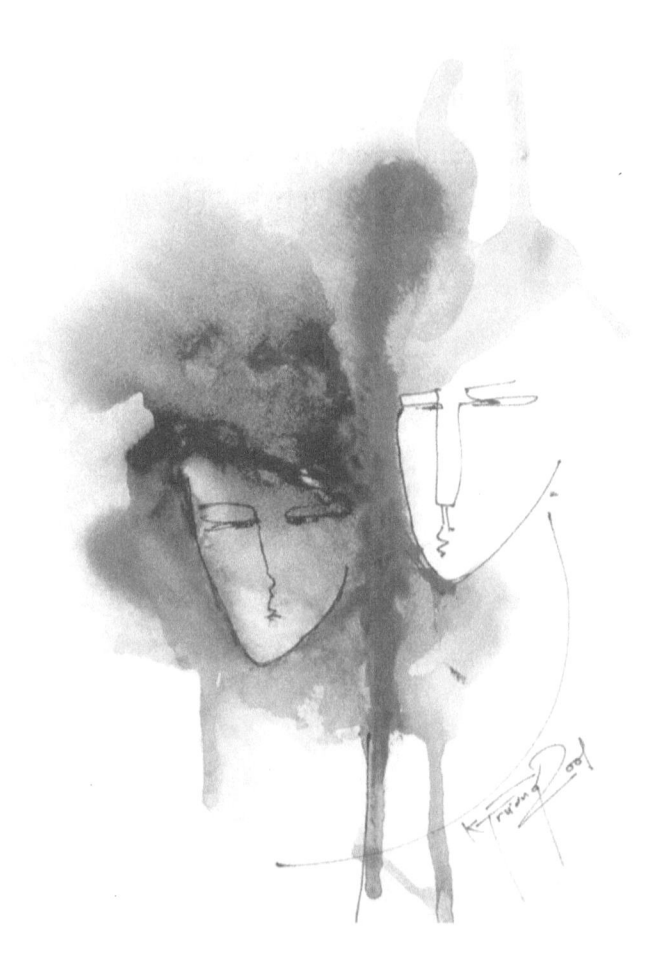

# ANH ƠI HÃY THỨC CÙNG EM
*(Bài thơ tình thứ một ngàn)*

Anh ơi hãy thức dậy
Cùng em chào đón bài thơ thứ một ngàn
Đóa hoa lòng sẽ nở khắp thế gian
Nở trên đỉnh của bốn mùa băng tuyết

Bài thơ tình thứ một ngàn em viết
Cho đôi mình trong giấc ngủ tương tư
Đỉnh ngàn hoa màu sắc chan hòa
Mây dịu vợi, bao la tình sương khói

Mở mắt ra, sắc cầu vồng sáng chói
Trăm năm rồi ta đã đợi chờ nhau
Đỉnh ngàn hoa lấp lánh một màu
Màu hạnh phúc được cùng nhau ôm trọn

Bài thơ thứ một ngàn em đã chọn
Không sẻ chia, không do dự, mơ màng
Thật mạnh mẽ vì trong em là thế
Em không thích trò đời dâu bể

Hãy thức cùng em mở cánh cổng thiên hà
Cổng của yêu thương, kết đủ ngàn hoa
Hãy ôm em trong vòng tay trìu mến
Khóc thật nhiều để thấy những yêu thương...

## MẸ ƠI CON SẼ VỀ

Mẹ ơi con sẽ về
Về bên chân mẹ khóc tỉ tê
Cho thỏa nhớ mong, cho thỏa ngày xa vắng
Mẹ ơi... con hứa, con sẽ về

Ở Houston nghe Sài Gòn nước ngập
Lòng con như, ai đốt, ai thiêu
Nhớ mẹ già đêm không ngủ buồn thiu
Cái nhớ con cứ làm mẹ xiêu điêu

Đêm Houston con cuộn mình không ngủ
Như con mèo ngái ngủ ở cạnh ai
Thích vuốt ve như những ngày thơ dại
Thích mẹ chiều mua bánh ngọt, áo xinh

Đêm không ngủ, con thức một mình
Sài Gòn ơi đi mau qua cơn bão lũ
Mẹ nằm đó, nhớ con những ngày xưa cũ
Thuở còn thơ hai bím tóc đến trường

Con mèo nhỏ vẫn rất cần tình thương
Thích âu yếm, thích nuông chiều, che chở
Nhớ mẹ già trăn trở từng đêm
Hai tiếng mẹ ơi sao quá êm đềm

Bài thơ tình thứ chín trăm chín mươi chín con dành cho mẹ
Người con yêu thương nhất ở trên đời
Qua cơn bão lũ chơi vơi
Cầu cho mẹ sống đời cùng con cháu

Ở Houston cũng vừa báo bão
Ở hai đầu, hai khúc ruột cùng đau
Chỉ mẹ thôi, tất cả dạt dào
Giọt nước mắt nghẹn ngào thương nhớ mẹ...

*Tống Thu Ngân* ©

# THẦM THÌ

Bài thơ tình thứ chín trăm chín mươi tám
Lời thầm thì trên đỉnh của ngàn hoa
Lời yêu thương dưới ánh trăng già
Lời tình tự cùng theo nhau ra biển cả

Đêm nay - là một đêm rất lạ
Nước mắt rơi và trái tim đập liên hồi
Nỗi mừng vui, hạnh phúc quá tuyệt vời
Bài thơ tình số chín trăm chín mươi tám lên ngôi

Vẫn ánh trăng khuya bàng bạc ở lưng đồi
Vẫn hai đứa ở hai đầu nỗi nhớ
Vẫn chiếc lá rơi và đại ngàn mưa đổ
Vẫn thầm thì hai đầu gió trao nhau

Vẫn sóng biển chồng chềnh mình gọi cho nhau
Lời thì thầm nhưng vẫn hiểu lòng nhau
Vẫn cứ muốn dắt tay nhau về nơi lộng gió
Đêm đại ngàn - đêm của riêng mình đó

Bài thơ tình thứ chín trăm chín mươi tám
Hai đứa thì thầm, nhỏ nhẹ trao nhau
Trên đỉnh ngàn hoa vừa kịp nở muôn màu
Ta say đắm hôn nhau từ muôn thuở...

## CỌNG CẦN THƠM NGÁT

Canh chua thơm ngát cọng cần
Đi xa rồi cũng về gần mà thôi
Bão kia đã nổi lên rồi
Em đây trông đứng, trông ngồi tin anh

Cọng cần thơm ngát nồi canh
Thơm tình viễn xứ long lanh mắt cười
Đi xa chín cũng nhớ mười
Mười mười, chín chín hỡi người em thương

Cọng cần mọc ở bờ mương
Nước ròng lên xuống anh thương cọng cần
Nói xa, chẳng qua nói gần
Trời lạnh nằm giữa cái phần của em

Cọng cần bùn đất lấm lem
Anh thương, anh hái dùm em cọng cần
Xin anh đừng có cân phân
Hai chân một chỗ cọng cần nở hoa

Bão về dù mấy can qua
Canh chua em nấu ở nhà chờ anh
Cọng cần trong gió xanh xanh
Cho thêm chút ớt nồi canh tuyệt vời...

# THƯƠNG NHAU QUẢ ỔI BỔ TƯ

Thương nhau quả ổi bổ tư
Ghét nhau quả ớt, củ từ chẳng cho
Thương nhau dìu dắt qua đò
Ghét nhau để mặc trễ đò, sông sâu

Thương nhau mưa nắng dãi dầu
Ghét nhau chuyện đẩu, chuyện đâu cũng hờn
Thương nhau chẳng kể thiệt hơn
Ghét nhau dựng chuyện bao lơn bực mình

Thương nhau vẫn cứ chung tình
Ghét nhau ba bảy cũng tình sẻ chia
Thương nhau đâu nệ sớm khuya
Mùa đông rét mướt vẫn dìa với nhau

Thương nhau chia nửa quả cau
Ghét nhau phân biệt nghèo giàu, thấp cao
Thương nhau cái bụng hay đau
Cái đầu lo nghĩ sao sao ấy mà

Thương nhau rau muống, dây cà
Ghét nhau tối, sáng cái mà kệ ai
Rẫy này là rẫy ông Cai
Thương nhau rau cháo ngày mai cũng đành

Thương nhau con cá để dành
Con cua đem rộng, bụi hành cũng chăm
Thương nhau nhớ chỗ mình nằm
Ghét nhau thì ánh trăng rằm cũng lu

Trời mưa thì phải che dù
Thương nhau đâu kể mịt mù gió trăng
Thương nhau con gà sáo măng
Con vịt nấu cháo, ngày rằm hái sen

Giả đò mua khế, bán nem
Giả đò mưa nắng thăm em cho cùng
Thương nhau ngủ chẳng giăng mùng
Muỗi kêu anh thức đem mùng cho em

Thương nhau tay nắm cũng thèm
Ghét nhau thấy mặt chẳng thèm nhìn lâu
Thương nhau thức trắng canh thâu
Ghét nhau trăng rụng bên cầu mặc ai

Thương nhau têm miếng trầu cay
Quả cau bổ ngửa, chị hai lấy chồng
Thương nhau anh lo giáp vòng
Cắn chung quả ổi trong lòng thật vui...

*Tống Thu Ngân* ©

## RỒI ĐẤT SẼ NỞ HOA

Rồi đất sẽ nở hoa
Mây nước sẽ giao hòa
Tình ta rồi sẽ đẹp
Đau khổ rồi sẽ qua

Hoa từ đất sinh ra
Người cùng chung mái nhà
Trời cho mưa cho nắng
Cho cây đời trổ hoa

Đi qua nhánh sông buồn
Đi về nhánh sông khô
Cỏ hoang không thèm mọc
Sỏi đá mờ rong rêu

Đi qua bao nhiêu chiều
Lắt lay tình sương khói
Đi qua những mùa yêu
Lạc trong chiều cô liêu

Đất cằn khô hoang dại
Trái tim tình đem phơi
Một mai về tưới lại
Những mạch đời xanh tươi

Rồi đất sẽ nở hoa
Nào dây mướp, cây cà
Ta xây lại ngôi nhà
Trẻ ê a đọc chữ

Cây đời sinh trái ngọt
Biển sẽ đầy cá tôm
Đại ngàn reo vang hát
Đất rồi sẽ nở hoa...

*Tống Thu Ngân*

# HOA BIỂN

Anh nói với em về một loài hoa biển
Rất tinh khôi như tinh túy của đất trời
Như tiếng mẹ ru hời ngày thơ dại
Như những dòng sông cuộn mình ra cửa Đại

Anh hát cho em nghe bài ca về hoa biển
Sóng vỗ về ru giấc ngủ trăm năm
Như lòng mẹ bao la trên biển Thái Bình
Ru anh ngủ trong những đêm dài chờ đợi

Tất cả những dòng sông mênh mông, diệu vợi
Chảy thâm trầm trĩu nặng những phù sa
Em chắt chiu nuôi từng dây mướp, cây cà
Chở nặng tình anh trôi ra biển cả

Nếu phải nói anh một đời vất vả
Thì tình em bù đắp cả ngàn mây
Gom hết yêu thương, những giọt nước dâng đầy
Mưa sẽ tưới cho những mùa hoa rực rỡ

Những dòng sông của em bên bồi, bên lở
Vẫn đưa nhau về biển cả mênh mông
Hoa của biển, không phải hoa hồng
Hoa của biển là tấm lòng bao la vô tận

Anh không nghĩ về mình mà chỉ nghĩ cho em
Bất chấp đớn đau, nước mắt nghẹn ngào
Anh chấp nhận và trao em tất cả
Tấm lòng anh là hoa hồng trong biển cả

Anh vẫn nói với em về một loài hoa biển
Rất mênh mông như lòng mẹ bao la
Trăm đầu sông mang thương nhớ thiết tha
Chảy ra biển rộng chan hòa ngàn con tim nóng

Hoa của biển mang màu xanh hy vọng
Gom yêu thương về với mọi nhà
Trong vòng tay của đất tổ, ông cha
Ôm tất cả vào mênh mông hoa biển...

*Tống Thu Ngân* ©

## QUA CƠN GIÔNG

Qua cơn giông đất trời nghiêng ngửa
Qua cơn giông giậu ngả bìm leo
Biết ai còn vững tay chèo
Hay là buông cả theo dòng nước trôi

Qua cơn giông, trông đứng, trông ngồi
Trông người về nối bờ vui rộn ràng
Qua cơn giông gió muộn màng
Bếp nghèo khơi lại lửa than bập bùng

Nhà quê khói tỏa mông lung
Che vừa đủ ấm chăn mùng có nhau
Qua cơn giông gió thương đau
Từ trong tan tác vẫy chào hừng đông

Cuộc đời sắc sắc, không không
Cầm tay hội ngộ còn mong ước gì
Lệ mừng rơi ướt bờ mi
Từ trong mất mát thầm thì gọi nhau

Từ trong đổ nát thương đau
Đi tìm những giọt máu đào quê hương
Dắt nhau trên một con đường
Trở về nguồn cội, tình thương đồng bào

Xin đừng nghiêng ngửa chênh chao
Thắm tình dân tộc, dạt dào đồi nương
Qua đi ngày tháng phong sương
Vần thơ, câu hát còn vương hẹn hò...

# BÀI THƠ TÌNH
# SỐ CHÍN TRĂM CHÍN MƯƠI MỐT

Bài thơ tình số chín trăm chín mươi mốt
Em vẫn viết cho anh
Người tình tuyệt vời hơn tất cả
Người đàn ông của biển cả mênh mông

Bài thơ tình số chín trăm chín mươi mốt
Em vẫn viết cho đại ngàn tha thiết
Ngồi chênh vênh trên đỉnh nhớ đợi anh về
Bài thơ tình viết trên đỉnh của sơn khê

Ta đợi nhau về ầm ầm như thác đổ
Cuồn cuộn trong lòng trôi tất cả hồng hoang
Gom dấu yêu của những chiều vàng
Chiều chấp chới anh nhớ nàng - hoàng hôn tím

Bão trên đầu và đất sụt dưới chân
Trái tim yêu vẫn cứ... vẫn cứ âm thầm
Vẫn cứ muốn mang đại ngàn về trao em tất cả
Tình chúng mình mênh mông chi lạ

Vẫn cứ là em, vẫn cứ là anh
Bài thơ tình gom cả ngàn xanh
Gom nắng quái, gom đồng tranh, lau sậy
Gom cả mùa yêu đớn đau, quặt quay đến vậy

Đi qua cái chết... mới biết mình đang sống
Hơi thở mệt nhoài vẫn nhớ lắm em ơi
Anh muốn gom tất cả đất trời
Gửi hết về em dệt bài thơ trong mộng

Giữa ngàn dâu, biển cả mênh mông
Đi tìm mãi những cành hồng trong gió
Em vẫn chênh vênh trên cành khô chờ đó
Có sá gì biển cả hóa ngàn dâu

Về thôi anh... về thôi anh
Hoa lộc vừng của đôi mình đã nở
Hái được rồi anh sẽ hái cho em
Anh hái cho em tất cả những chiều êm...

## TẠ ƠN NHAU

Lời thì thầm ta nói tạ ơn nhau
Những khắc ghi sẽ nhớ đến mai sau
Chuyện qua đi đâu phải qua là hết
Chuyện hồng trần đâu dễ thoảng qua nhau

Tạ ơn mẹ cho con một hình hài
Tạ ơn cha cho con có hôm nay
Tạ ơn thầy với bao điều dạy dỗ
Tạ ơn đời cho ta biết đúng sai

Ta muốn tạ ơn những đứa con
Đã cho ta những búp măng non
Cho ta thấy đời còn bao hy vọng
Cho ta tin vào ngày mai ta vẫn còn

Tạ ơn bè bạn ở gần xa
Bạn ta không phân biệt trẻ hay già
Bạn đã cho ta bao chân lý
Chân lý ở đời luôn có ở quanh ta

Tạ ơn anh, người tình vẫn âm thầm
Vẫn dõi theo em trên mỗi bước chân
Dù mưa nắng hay bão bùng sóng gió
Vẫn yêu em qua những bước thăng trầm

Tạ ơn trời đã cho con ánh bình minh
Đã cho con một tấm lòng trung trinh
Để biết đi đâu, về đâu cho trọn đạo
Đạo làm người, đạo lý của con tim

Ta tạ ơn nhau đôi môi ngọt mềm
Ta đã cho nhau những dịu êm
Ta đã cho nhau ngàn nốt nhạc
Hợp xướng cho đời đẹp... đẹp thêm...

## THƯƠNG EM CÚC BÁCH NHẬT

Có một loài hoa rất bình thường
Mình trần, chân đất rất dễ thương
Mọc hoang bờ ruộng hay vườn vắng
Ai cũng biết em kém sắc hương

Nhưng có một ngày bừng sáng lên
Tôi tìm thấy em ở ven đường
Muốn gọi tên em, nhưng không biết
Tôi chỉ biết rằng em dễ thương

Rồi có một ngày biết tên em
Bách nhật ơi, tên em quá êm đềm
Âm thầm mưa nắng em dầu dãi
Chịu hạn, chịu khô vẫn ngọt mềm

Thương em lắm lắm cúc bách nhật ơi
Thuở nhỏ tôi hay hái em chơi
Hai tai tôi xỏ làm hoa cưới
Xỏ những vòng đeo của cuộc đời

Thế rồi... thế rồi... một chiều rơi
Tôi đi tìm em, em đâu rồi
Tôi buồn như thể mùa thu chết
Tôi đi tìm mãi dáng em tôi

Cảm ơn ai đã nâng niu nàng bách nhật
Để em cười nói với cuộc đời
Để biết tên em cúc bách nhật
Để biết mỗi ngày... em với tôi...

## CHIỀU BÔNG ĐIÊN ĐIỂN

Chiều chiều ra đứng ngõ sau
Thấy bông điên điển nghẹn ngào nhớ anh
Giả đò mua khế, bán chanh
Chèo thuyền nước ngược thăm anh một lần

Đi xa rồi cũng về gần
Trông anh cứ ngó đầy sân nắng vàng
Con mèo nằm ngủ mơ màng
Thương bông điên điển, phận nàng bơ vơ

Chiều buồn con sáo làm thơ
Con trùn biết chạy, thằng khờ làm vua
Đêm đêm lặng ngắm sao Rua
Bốn phương, tám hướng về chưa hỡi chàng

Song thưa giấc điệp mơ màng
Thấy bông điên điển, mênh mang tình sầu
Xanh xanh biển lúa, ngàn dâu
Còn còn, mất mất... đêm thâu chong đèn

Câu Kiều lần dở ra xem
Tình đời gian dối, mong em đừng buồn
Muốn sang thì phải chống xuồng
Hái bông điên điển, hái buồng cau xanh

Xòe tay ra đếm chi chành
Một hai, ba bốn lòng lành nơi đâu
Lục bình nước chảy qua cầu
Nói câu nhân nghĩa lòng đau, dạ buồn

Chiều chiều điên điển đi buôn
Chân quê còn lại chèo xuồng hái sen
Đêm đêm lại thức soi đèn
Đi tìm hai chữ trắng đen rõ ràng...

## HOA NGHIÊNG

Hoa nghiêng, nghiêng xuống đời nhau
Em nghiêng, nghiêng xuống, ngọt ngào bên anh
Giả đò mua khế bán chanh
Giả đò cho hết ngày xanh ửng vàng

Hoa nghiêng, nghiêng xuống bên chàng
Lạnh lùng em chịu, để chàng ấm êm
Hoa nghiêng, nghiêng xuống bên thềm
Trăng về lơi lả, một miền nước mây

Còn đây nửa mảnh trăng gầy
Quỳnh hương nghiêng xuống cho đầy đời nhau
Mù sương còn đọng trong nhau
Vòng tay ôm siết ngọt ngào ái ân

Hoa nghiêng giọt nước trong ngần
Tương tư còn đọng phù vân giăng đầy
Với tay chạm đỉnh ngàn mây
Hoa nghiêng, nghiêng xuống cho đầy một đêm

Màn sương, khói tỏa êm đềm
Em nghiêng cho hết những đêm đợi chờ
Nghiêng đời cho những giấc mơ
Nghiêng tình cho những sợi tơ óng vàng

Em nghiêng con mắt mơ màng
Hai tay ôm chặt vai chàng trong mơ
Nghiêng đời cho những vần thơ
Em nghiêng về chốn đợi chờ riêng anh...

*Tống Thu Ngân* ©

## CẢM ƠN NHỮNG NGƯỜI THẦY

Cảm ơn những người thầy
Những người thầy đặc biệt
Trong cuộc đời của tôi
Những bước chân đầu đời

Mẹ tôi thầy đầu tiên
Dạy tôi ăn, tôi nói
Người dìu tôi từng bước
Tôi chập chững vào đời

Cha tôi người nghiêm khắc
Dạy tôi chẳng đòn roi
Cho tôi bao nhiêu lời
Nâng tôi lên đôi cánh

Tôi ê a đọc chữ
Mẹ nắm tay dặn dò
Con ơi học đi nhé
Những con chữ tuyệt vời

Thầy của tôi là mẹ
Thầy của tôi là cha
Thầy của tôi là bà
Và ông tôi cũng thế

Đường đời không phải dễ
Tôi có bao người thầy
Nắm tay tôi dạy dỗ
Âm thầm theo bước tôi

Thầy tôi là người bạn
Rất chân thành khuyên tôi
Đường đời không gục ngã
Chấp nhận mọi thứ thôi

Thầy tôi cho kiến thức
Đời cho tôi con đường
Chỉ cho tôi kinh nghiệm
Dạy tôi biết yêu thương

Tôi yêu những người thầy
Tôi yêu mẹ, kính cha
Tôi yêu những người già
Cho tôi bao từng trải

Cảm ơn những người thầy
Lòng tôi rất thơ ngây
Yêu là cho đi hết
Cảm ơn cuộc đời này...

*Tống Thu Ngân* ©

# EM VẪN HIỀN

Em vẫn hiền như là cọng cỏ
Vẫn ngoan như con mèo nhỏ ở bên anh
Gió đầu non thổi mãi lòng lành
Chiều đại ngàn em ngồi đan áo ngọc

Mắt rưng buồn chạm bờ môi em khóc
Hoa lộc vừng nói hộ tiếng yêu thương
Đại ngàn vẫn mờ trong sương
Tình đắm đuối ơi câu hò giọng Huế

Em vẫn hiền, vẫn muôn đời như thế
Chẳng đổi thay như cơm nắm, muối vừng
Vẫn muốn anh no trong những ngày giông bão
Nhớ anh nhiều nên nước mắt rưng rưng

Em vẫn thế, con mèo ngoan như thế
Vùi vào anh tìm hơi ấm bên mình
Đóa hoa yêu vẫn cứ lung linh
Mặc cho đời thay đen, đổi trắng

Em vẫn thế qua bao ngày hanh nắng
Hay rét run cơn gió lạnh giao mùa
Em vẫn thế, vẫn hiền ngoan như thế
Đợi anh về cho dẫu nắng hay mưa...

## NGỌN CỎ GIÓ ĐÙA

Buồn trông những cánh hoa mua
Buồn trông ngọn cỏ gió đùa chênh chao
Sá gì những cơn mưa rào
Sá gì một chút lòng đau, nghẹn lời

Buồn trông cánh nhạn chơi vơi
Nhớ ai trông đứng, trông ngồi vẫn trông
Cầu trời cho thấy cầu vồng
Bảy màu tươi thắm cho lòng rộn vui

Cầu trời cho hết ngậm ngùi
Cho mùa gió chướng reo vui hẹn hò
Cầu cho ngọn cỏ qua đò
Sang bờ an lạc, sóng to sá gì

Ngọn cỏ mềm lắm thầm thì
Gió đùa nào có sá chi gió đùa
Hoa mua ai bán mà mua
Giữ cho chàng cả những mùa gió trăng

Ngoài kia sóng vỗ lăn tăn
Ngàn năm cọng cỏ âm thầm đan nhau
Cúi đầu cơn bão qua mau
Ngẩng lên nắng đẹp vẫy chào bình minh...

*Tống Thu Ngân* ©

## NGUYỆN CẦU

Chân đất, đầu trần đi qua mùa bão
Những cơn mưa quất rát thịt da
Những cơn lũ tràn về xối xả
Thương con người oằn mình trong cơn bão trần ai

Chắp tay, con chắp hai tay
Cầu cho mùa bão ngày mai tan rồi
Xanh trong những đám mây trời
Dịu dàng trong nắng, sáng ngời niềm tin

Đi qua mùa bão ân tình
Dìu nhau tránh bão dân mình có nhau
Bão về nước ngập đồng cao
Lũ tràn, thác đổ, giúp nhau qua đò

Sông sâu, biển rộng đừng lo
Thâm tâm an tịnh bão to sợ gì
Cầu cho bão tố qua đi
Thắp đèn soi sáng thầm thì bên nhau

Chắp tay vái lạy trời cao
Ngừng cơn thịnh nộ, ngừng cao sóng thần
Cháo rau cuộc sống thanh bần
Chắp tay con lạy, tạ ơn đất trời...

# HƯƠNG SEN

Hương sen lặng lẽ trong lòng
Như cơn gió mát thổi vòng qua tim
Tim ơi tim hãy lặng im
Chờ qua cơn bão tim tìm về nhau

Bão lòng dù có chênh chao
Cũng không đánh vỡ ngọt ngào trong tim
Hương sen lặng lẽ êm đềm
Hát ru sóng vỗ những đêm tối trời

Ngày mai vật đổi sao dời
Hương sen vẫn cứ ngời ngời trong tâm
Thương em nhớ chỗ em nằm
Nhớ em cười nói thâm trầm trong anh

Thương anh em khấn cao sanh
Qua cơn hoạn nạn lòng thành có nhau
Dây trầu phải quấn cây cao
Cho môi đỏ thắm, ngọt ngào nụ hôn

Hương sen vương buổi hoàng hôn
Chiều lan khói tỏa giận hờn mà chi
Một mai qua hết xuân thì
Hương sen đằm thắm thầm thì bên nhau...

*Tống Thu Ngân* ©

## CHIẾC LÁ THINH KHÔNG

Nếu không có thinh không, em biết lấy ai trò chuyện
Chuyện ngắn, chuyện dài, chuyện nắng, chuyện mưa
Chiếc lá thinh không theo ngọn gió đùa
Bay lượn cùng em ngày mưa, như ngày nắng

Chiếc lá thinh không, ửng vàng mùa thu đỏ
Rơi vòng vèo như bướm lượn trên không
Đừng hỏi em sao bơi ngược dòng
Vì em nhớ những ngày xưa cổ tích

Chiếc lá thinh không đã qua thời con nít
Thoáng vui, buồn, hờn giận, vu vơ
Chiếc lá thinh không bay lững, bay lờ
Nhưng vẫn chẳng bao giờ bay ngược hướng

Tay ôm hết bao mùa gió chướng
Hỏi thinh không bao nhiêu lá bay vèo
Giữa đỉnh đồi gió hú cheo leo
Tay vuốt mặt che nỗi buồn vội vã

Phù vân ơi, mây trôi về trăm ngã
Một ngã về lá đã rụng đầy sân
Gom hết mưa cho nước mắt trong ngần
Gột rửa hết chuyện đường trần bụi bặm

Chiếc lá thinh không bay về vạn dặm
Những dặm buồn đời treo ngược trên cây
Đêm cúi xuống... nghe những hao gầy
Tay góp nhặt từng phút giây hạnh ngộ

Đường trần gian không như là hoang lộ
Soi bóng mình trong mặt nước hồ thu
Thoảng hương sen trong một sớm sương mù
Ôm hạnh phúc vào lòng rưng rức khóc...

## VƯỜN CỦA BỐ

Bố ơi con về nhà thăm bố
Vườn sau nhà xanh mát bóng lá che
Vườn của bố cho những ngày hè
Từ thuở bé con tung tăng ca hát

Vườn của bố cây cao, bóng cả
Che một đời con đi ngược về xuôi
Vườn của bố chứa những niềm vui
Như cổ tích mà một đời con khôn lớn

Vườn của bố con về núp bóng cau
Ngắm dây trầu xanh leo quấn quýt
Vườn của bố là đôi hàng cây mít
Thơm cả buổi chiều, rộn rã đời con

Vườn của bố những cây cam chín vàng
Lũ chim về gọi nhau ríu rít
Vườn của bố xanh non bờ rau muống
Cho bữa cơm chiều con chấm với tương

Vườn của bố như một thiên đường
Mà tuổi thơ con đã từng bay vào và thấy mình hạnh phúc
Vườn của bố nắng rọi qua bờ trúc
Để con về soi rõ mặt chữ điền

Bố đã cho con tất cả nét duyên
Và thấm đẫm bằng tình yêu của mẹ
Bước đường đời có gì nặng nhẹ
Con chạy về bên mẹ, bên cha

Vườn của bố những cây bưởi đã già
Mà sao ngọt, bố đã cho con đời mật ngọt
Vườn của bố đàn gà con chiêm chiếp
Hết con rồi đàn cháu chạy đùa quanh

Vườn của bố, táo chín thơm giòn
Con bỏ cả buổi chiều mà đi không hết
Vườn của bố nâng chân con bước
Có sá gì mưa nắng của thế gian

Đường con đi cứ nắng, cứ rực vàng
Miền cây trái trĩu cành cho mùa ngọt lịm
Đàn bướm về nguyên thủy vẫn bay bay
Vườn của bố con yêu - yêu - thương mãi...

## ĐI QUA MIỀN NHỚ

Đi qua miền nhớ, thấy nhớ thêm
Nhớ những chiều mò cua, bắt ốc
Nước mắm gừng và ớt thật cay
Nhớ sao là nhớ... nhớ... nhớ hoài

Đi qua miền nhớ, nhớ ngày xưa
Con mương nước cạn dưới bóng dừa
Chiều xổ đập ơi bao nhiêu là tôm cá
Đổ bánh xèo, hái lá cách thiệt ngon

Đi qua miền nhớ, bánh xèo giòn
Nước cốt dừa em pha béo ngậy
Sóng sánh vàng bột nghệ cũng rất thơm
Đi qua mùa nhớ... quên hết dỗi hờn

Chiều khói tỏa ngoại ngồi bên bếp rạ
Canh khổ qua dồn tép cũng rất ngon
Anh nhớ em cái nắng hanh giòn
Đi gặt lúa, gom mùa vàng rộn rã

Đi qua miền nhớ, một vùng quê rất lạ
Nước mặn, đồng chua, ruộng lúa ngập phèn
Con gái ra đồng vẫn hây hây đôi má
Tóc ướp hương hoa bưởi thơm thơm chi lạ

Đi qua miền nhớ, nhớ chèo ghe hái súng
Chở đầy thuyền, cho buổi chợ thật vui
Anh nắm tay em nhớ... nhớ ngậm ngùi
Thời thơ trẻ ơi... nhớ sao... là nhớ...

*Tống Thu Ngân* ©

# HÁI VỘI NHÁNH ĐỜI

Tay hái vội nhánh đời mưa hay nắng
Nhánh vui buồn, nhánh mặn nhạt, đớn đau
Tay hái vội những vì sao đi lạc
Những tinh cầu lấp lánh ở xa xôi

Tay hái vội chùm hoa mùa thạch thảo
Của núi rừng lồng lộng gió bốn phương
Tay hái vội những chùm phong lan đẹp
Của đất trời ban tặng, của riêng ta

Tay hái vội niềm vui vừa chợt đến
Để mai kia không kịp mấy xuân thì
Tay hái vội, tay ôm ghì
Bởi cuộc đời đi qua không trở lại

Tay hái vội trái mơ vừa chín mọng
Ôm vào lòng cất giữ mãi trong tim
Tay hái vội, tay đi tìm
Chút nắng vàng của mùa thu vừa đã cũ

Tay hái vội giấc mơ buồn hội tụ
Gói vào tim và quẳng mãi ra sông
Giữ làm chi cho bận trong lòng
Tay đón gió thinh không lùa ra biển

Ta quay ngược dòng sông từng hiện diện
Dòng sông đời có quay ngược được đâu
Treo trái tim trên đỉnh tình sầu
Hái nhánh buồn ta quẳng xuống vực sâu...

# GOM MẬT CHO ĐỜI

Gom mật cho đời, những bông hoa dưới nắng
Tươi nụ cười lấp lánh một sớm mai
Gom mật cho đời, cho sự sống ngày mai
Chân vững bước đi qua cõi trần ai bi lụy

Gom mật cho đời, là gom những gì tinh túy
Những thanh cao hun đúc phẩm hạnh con người
Gom chi những nỗi chơi vơi
Bỏ quên cả một biển trời mật thơm

Con ong hút nhụy hoa mơ
Đem từng giọt mật cho đời mùa vui
Đời buồn nên ta hay cười
Hừng đông tỏa nắng tinh khôi tuyệt vời

Những con ong suốt một đời chăm chỉ
Cứ âm thầm làm mật cho nhân gian
Có thể ngoài kia nắng đã hanh vàng
Hay cả những ngày dài mưa rả rích

Giọt mật thơm sẽ lạt nếu gặp mưa
Giọt mật thơm sẽ rất chua
Nên tránh cho giọt mưa rơi vào mật
Gom mật cho đời với tấm lòng chân thật...

Một ngày kia mật mía đường thành mật thật
Thì lương tri đã đánh mất lâu rồi
Ai ơi ướp mật cho đời
Đừng đem mật mía đổi dời lương tâm...

# HÌNH NHƯ LÀ NGỤ NGÔN

Hình như là ngụ ngôn
Hình như thời thơ ấu
Trái ô ma đem giấu
Hũ gạo mẹ để dành

Hình như là ngụ ngôn
Trong đó gửi chút tình
Cho cuộc đời nông nổi
Cho tuổi thơ lặn lội

Quần ống thấp, ống cao
Mùa mưa ướt lòng đau
Ôm em truyền hơi ấm
Giọt lệ lòng trẻ thơ

Hình như là ngụ ngôn
Cho cái nắng hanh giòn
Gội tắm đời con trẻ
Cười dung dăng, dung dẻ

Ra đường hỏi người già
Về nhà hỏi trẻ con
Ngụ ngôn chẳng giận hờn
Sao mà thương, mà nhớ

Hình như là ngụ ngôn
Hình như con chim non
Hót ríu ra, ríu rít
Rồi đậu trên cành mít

Hình như là ngụ ngôn
Cho má em thơm giòn
Như một thời thơ trẻ
Trẻ mãi làm sao khôn...

## QUẢ TÁO TÌNH YÊU

Có thể chia đều những quả táo cho mọi người
Nhưng không thể phân phát trái tim cho tất cả
Tình yêu tự nó là như vậy
Trái tim yêu không thể có nhiều ngăn

Từ xa xưa người ta ví tình yêu là quả táo thơm
Ai cũng có thế cắn vào quả táo
Nhưng trái tim yêu là đền thờ thiêng liêng nhất
Nếu không giữ được sự thánh thiện của tín ngưỡng
tình yêu thì không có tôn giáo nào có thể cứu vãn
nổi tình yêu...

Tôi không là thần thánh
Tôi chỉ là người trần
Với tôi yêu và ghét phân minh
Tôi nói thế, có thể vì hôm nay mặt trời đi vắng

Tôi cuộn mình trong chăn
Và coi lại đời mình
Tôi đốt đèn soi sáng
Một con tim lãng mạn

Có thể chia đều những quả táo thơm
Nhưng không thể cắn chung miếng táo
Tình yêu tôi là như vậy
Tôi chỉ có tín ngưỡng tình yêu...

Tình yêu tôi không nuôi bằng sữa
Không sống bằng đường
Mà sống bằng mật ngọt
Của hai người thủy chung

Tình yêu là hoa hồng
Nhưng không phải là đóa hồng san sẻ
Phải là đóa hồng nhung
Một đóa hồng duy nhất

Nếu đường đời chật hẹp
Cũng xin được nắm tay
Cũng xin chắp cánh bay
Như đôi chim hồng hạc...

## VỀ VỚI HOA SEN HOA SÚNG

Đường trần gian có gì
Đường trần gian có chi
Mà ta lại ướt mi
Đường trần gian mấy khi

Ta về phơi áo mộng
Khoác chiếc lá mùa đông
Ta chèo thuyền ra đồng
Chơi với sen, với súng

Đường trần gian có gì
Mà lệ ướt hoen mi
Ta về quăng tất cả
Ta ra đầm hái sen

Có gì phải bon chen
Công danh là hư ảo
Tình có cũng như không
Ta chèo thuyền ra sông

Ta chèo thuyền ngược dòng
Ta bơi trong nước ngược
Ta vượt qua bão giông
Vẫn thanh bạch trong lòng

Bạn ta là sen, súng
Ta biết đâu sai, đúng
Nhưng vẫn để trong lòng
Nuốt nước mắt vào trong

Thuyền ta đầy sen, súng
Đầy hoa cỏ hồn nhiên
Giữa sông nước một miền
Giữa dòng đời xuôi ngược

Đường trần gian có gì
Giữa những điều mất được
Xin chiếc áo từ bi
Xin tấm lòng hỷ xả

Ta chèo thuyền mùa đông
Còn lại bao nhiêu bông
Nào bông sen, bông súng
Ta ôm hết vào lòng

May chiếc áo nâu sòng
Cơm rau ngày hai bữa
Cho quên hết sự đời
Ta chèo thuyền rong chơi...

## BÁNH XÈO BÔNG ĐIÊN ĐIỂN

Quê em mùa nước nổi
Bông điên điển tràn đồng
Giăng kín cả triền sông
Vàng ươm cả góc trời

Chèo thuyền đi hái bông
Đi khắp cả cánh đồng
Đầy ghe là tôm cá
Giấu mình trong ruộng mạ

Bông điên điển vàng tươi
Bánh xèo thơm thơm nghệ
Đời nắng mưa mặc kệ
Đã có bánh một xề

Mời anh ăn bánh xèo
Để đôi ta cùng chèo
Để đôi ta cùng chống
Ôi... một trời rau sống...

Cuốn cuốn và cuộn cuộn
Xanh xanh mớ rau non
Mơn mởn cọng cải con
Nước mắm ngon, ngon lắm

Bánh xèo bông điên điển
Dáng em cười nửa miệng
Ơi sao mà có duyên
Hay bởi... cái đồng tiền...

Bánh xèo bông điên điển...
Bánh xèo bông điên điển...

*Tống Thu Ngân* ©

## ME DỐT BỘT

Anh ơi me đã dốt rồi
Hai ta cùng đến, cùng ngồi ăn me
Thuyền chài, cá chở đầy ghe
Nhà trên, xóm dưới, hái me dốt đường

Cá ngừ để dành chưng tương
Cá hồng kho kẹo, cá đường nấu chua
Ngoài kia trời lạnh, gió lùa
Cá về ra chợ cho vừa mùa đông

Em ngồi lặng ngắm thinh không
Nhớ me dốt bột mà lòng xót xa
Đời người vượt mấy can qua
Còn còn, mất mất thấy mà đớn đau

Yêu nhau thì phải vì nhau
Giá như có thể chịu đau thay mình
Em đây cũng sẽ lấy mình
Sẻ san một chút lặng thinh cuộc đời

Trái me chín rộn chiều rơi
Thương người đang ở phương trời xa xăm
Lòng đau, gan ruột tím bầm
Hái me dốt bột thì thầm nhớ anh...

# MƯA THU GIĂNG MẮC

Cuối mùa thu, thu mưa giăng mắc
Gió tơi bời, bão tố ngửa nghiêng
Những chiếc lá mùa thu lìa cành tơi tả
Để đông về gom lá đốt hư không

Chẳng trách thu chi những chiếc lá bay vòng
Rồi cuộn tròn trong mùa nhớ mênh mông
Tim thổn thức một đêm trường không ngủ
Trách thu chi, mùa lá vàng ủ rũ...

Giăng mắc mưa thu, mưa giăng mắc
Rối tơ lòng, giăng mắc cả mùa thu
Bước chân hoang, mưa gió chẳng che dù
Đi lầm lũi trong chiều thu giăng mắc

Mưa chẳng thể làm ta buồn hơn thế
Phút chạnh lòng, cơn gió thổi ào qua
Mưa thu làm lạnh cóng thịt da
Lạnh tê buốt, lòng thiết tha đón đợi

Giọt mưa thu bay trong diệu vợi
Những giọt tình rơi thánh thót vào tim
Giăng mắc thu ơi... ta vẫn đi tìm
Chờ một nửa của mình ngoài xa ấy...

*Tống Thu Ngân* ©

## MẸ GÁNH CON VỀ GÁNH CẢ SEN

Mẹ gánh con về gánh cả sen
Đôi chân mẹ bước những ruộng phèn
Nắng mưa, nặng nhẹ đời thiếu phụ
Mẹ gánh con về người lấm lem

Mẹ gánh con về, trời nhá nhem
Lục bình trôi nổi, trời mưa nắng
Những đứa con thơ mắt xoe tròn
Đâu biết được rằng mẹ héo hon

Mẹ gánh con đi trời mưa tháng Sáu
Giậu mồng tơi tím cả mùa hè
Áo nâu sòng và nón lá che
Cả đời mẹ cuộn tròn cho con lớn

Với tay che mặt trời cho con bước trọn
Những bước đời chập chững cánh chim non
Tấm áo mẹ may mòn theo những tháng ngày
Cho con mặc bước ra đời nhiều miếng vá

Mẹ gánh con về xanh xanh ruộng mạ
Trên đồng cạn, dưới đồng sâu rơm rạ
Gánh con về mẹ một dạ khăng khăng
Con lớn lên phải đứng thẳng như búp măng

Mẹ gánh con về gánh cả sen
Mù u đến tối mẹ thắp đèn
Soi sáng đời con thôi gồng gánh
Con hãy sống vui giữa mùa sen...

Tống Thu Ngân ©

# MỘT CHÚT DUYÊN THẦM

Một chút duyên thầm, duyên con gái
Một chút buồn trễ nải đôi vai
Một chút tình yêu mà cứ nhớ nhung hoài
Duyên con gái sao trời đày lận đận

Duyên con gái yêu thương sâu đậm
Đã yêu rồi chẳng dễ gì quên
Duyên con gái đẹp rất bền
Không lộng lẫy nhưng nhìn hoài không chán

Duyên con gái yêu thương lãng mạn
Cứ thì thầm, thủ thỉ với người yêu
Sống nghĩa tình chẳng biết đặt điều
Yêu là cho đi, cho đi hết

Duyên con gái đẹp hoài, xài không hết
Chẳng cần son phấn với lụa là
Duyên con gái rất thiết tha
Tâm rộng mở, gian tà không đến được

Duyên con gái không cần quần là, áo lượt
Rất dịu dàng, chân thật, dễ thương
Duyên con gái thắm những chiều vương
Ngồi hong tóc ướp hương hoa bưởi trắng

Duyên con gái biết lui về trong im lặng
Để dặn lòng cái nhớ, cái quên
Duyên con gái là phải đứng lên
Không luồn cúi và một mình cam chịu

Duyên con gái rất ư là nũng nịu
Đã yêu rồi là rất mực thủy chung
Người quân tử, phải anh hùng
Phải giữ đạo hiếu trung và chân thật

Duyên con gái như hoa hồng ướp mật
Trao cho đời tất cả nụ yêu thương
Duyên con gái rất dễ thương
Xin người quân tử thẳng đường mà đi...

## CHUÔNG GIÓ

Em treo chiếc chuông gió
Chuông kinh koong, kinh koong
Như gõ nhịp vào lòng
Nghe trăm ngàn nỗi nhớ

Anh ơi đừng lo sợ
Chuông vẫn gõ nhịp đều
Nhắc cho đôi mình nhớ
Những gì mình mộng mơ

Mơ một ngôi nhà xinh
Có giàn hoa giấy tím
Để những chiều ngọt lịm
Mình thì thầm bên nhau

Tối thì mình ngắm sao
Sao trời lung linh quá
Hai đứa mình làm thơ
Cho thỏa nỗi mong chờ

Em treo chiếc chuông gió
Trước cổng ngôi nhà xinh
Chuông lắc lư trong gió
Những thanh âm sắc màu

Hai mình lại đếm sao
Cao cao là chuông gió
Kinh koong và kinh koong
Hai đứa cười giòn tan...

## THU DỊU DÀNG

Thu dịu dàng... thu đi nhè nhẹ
Từng chiếc lá vàng... từng chiếc lá bay xa
Em ngồi bên song cửa ngóng đợi tình ta
Lá thu từng chiếc... bay vèo không trung

Thu dịu dàng... dịu dàng thu
Mưa bay thôi ngập lối sương mù
Chiều khe khẽ đi vào trong giấc ngủ
Thu dịu dàng, em mơ ngoan vừa đủ

Dịu dàng thu... dịu dàng em
Lá bay từng chiếc lá êm đềm
Đêm thu thánh thót dương cầm gọi
Em cứ ngồi... diệu vợi một mùa yêu

Dịu dàng em... dịu dàng thu
Con nai ngơ ngác cũng đi tìm
Mặt nước hồ thu xanh trong quá
Em cũng đi tìm thu trong tim

Dịu dàng thu... dịu dàng em
Cho anh một mùa thu say mềm
Lá bay... từng chiếc... bay từng chiếc
Thu đã dịu dàng... anh bên em...

# GIẤC MƠ HOÀNG CÚC

Ta gọi tên em, ơi Hoàng Cúc
Giấc thu vàng bông cúc nở miên man
Hoàng Cúc ơi, em thật dịu dàng
Hoa nở thắm... thu vàng mơ... mơ lắm

Hoàng Cúc ơi, mùa thu về thấm đẫm
Giấc mộng vàng, hoa nở khắp triền sông
Ta muốn ôm em tất cả vào lòng
Tim thổn thức, một mùa đông về tới

Đường về nhà còn xa diệu vợi
Dọc triền sông ta đứng đợi mình em
Hoàng Cúc ơi mây đã xuống thật gần
Và nước mắt đã trong ngần hồ thu ấy

Đêm Hoàng Cúc ngọt ngào, tan chảy
Đưa nhau về bến mộng tình thơ
Đóa hoa vàng đẹp thật tình cờ
Ta bối rối... gọi em là Hoàng Cúc

Cúc mùa thu nở vàng... vàng mơ lắm
Cả không gian réo rắt tiếng dương cầm
Đêm Hoàng Cúc thì thầm ta gối mộng
Đêm thu không... ta gọi em... Hoàng Cúc...

# EM VẪN MUỐN VỀ ĐẠI NGÀN

Em vẫn muốn về đại ngàn mênh mang, mênh mang
Vẫn muốn đùa vui với bướm vàng
Vẫn muốn lang thang trên đồi vắng
Vẫn muốn một mình hát vang vang

Em không muốn sống đời bon chen
Không muốn hơn thua, cuộc sống hèn
Chỉ muốn một đời, lòng thanh bạch
Mặc cho thiên hạ cứ chê khen

Em sẽ về đại ngàn của em
Hái quả xoài xanh, anh thấy thèm
Lượm quả mãng cầu đêm chín rụng
Đã có dấu môi của dịu êm

Em về đại ngàn với sầu riêng
Với những dấu yêu gió một triền
Để mặc cho anh tìm hoa lạ
Em vẫn riêng mình thêm nhớ thêm

Đại ngàn ơi... đại ngàn xanh rất xanh
Không có lọc lừa, không gian manh
Không có hơn thua và toan tính
Đại ngàn mới chính em và anh...

# ĐI CẤY

Ngày mùa đi cấy đồng xa
Mạ xanh mơn mởn, bao la mây trời
Ngày mùa đi cấy mưa rơi
Tay em búi tóc, cả đời anh thương

Chiều về anh đi tát mương
Bắt con cá cạn chưng tương mời nàng
Đi đâu có thiếp với chàng
Chồng cày, vợ cấy, lúa vàng đầy sân

Mùa về đi cấy vần lân
Tình làng, nghĩa xóm, khi cần giúp nhau
Lao xao cỏ mọc bờ lau
Chim về làm tổ rủ nhau hái bần

Em ơi đi lấy chồng gần
Bên cha, bên mẹ canh cần mang sang
Thắp đèn đi khắp thế gian
Phải duyên phu phụ thiếp chàng bên nhau

Ngày mùa đi cấy đồng sâu
Đổi ba giạ thóc mùa sau để dành
Anh về lợp lá, che mành
Mạ non em cấy mình thành phụ phu...

## BƯỚM ĐẠI NGÀN

Em ở đại ngàn giữa thinh không lộng gió
Giữa muôn trùng hoa lá, cỏ cây
Giữa cái nắng, cái gió đong đầy
Giữa đàn nai hiền như chưa bao giờ hiền thế

Em ở đại ngàn sống không phải dễ
Bán lưng cho nắng, bán mặt cho trời
Treo linh hồn trên triền dốc chơi vơi
Chân cứ bước theo mùa vàng ngập nắng

Em ở đại ngàn giọt mồ hôi cũng mặn
Mặn một đời gắn bó với đồng nương
Đã thấm đẫm đời một nắng hai sương
Dâng cho đời đã bao mùa quả ngọt

Từng đàn bướm về bay lượn rợp cả không trung
Em đã quen sống giữa núi rừng
Nghe chim hót rộn vang đời mưa gió
Chiều, từng chiều, giữa đồng xanh, hoa đỏ

Mùa bướm về mang theo ngàn sắc hương
Chạy vào rừng hái nấm, lượm ươi
Chơi với con hươu, con vượn giữa trời
Hái đọt nhãn lồng, nấu canh rau đắng

Giữa đại ngàn, đời em hòa với nắng
Trời trong xanh, cơn gió cũng mơ màng
Em quên đi những lợi danh huyền ảo
Sống một đời với đàn bướm xôn xao...

*Tống Thu Ngân* ©

## VỊT CHẠY ĐỒNG

Vịt chạy đồng công anh cực lắm
Theo vịt hoài quần áo lấm lem
Ngày đội nắng, đêm chân phèn không rửa
Cơm thì nửa bữa, bữa thì không

Chân anh theo vịt chạy đồng
Đầu đội nón lá, áo chằm, quần tơi
Tay anh cầm gậy chỉ trời
Đánh đông, dẹp bắc, không rời đoàn quân

Vịt chạy đồng bâng khuâng nhớ bạn
Giữa đồng sâu dầu cạn, đèn lu
Em thương anh buồn cất tiếng ru
Chim lẻ bạn mùa thu sầu não nuột

Lúa gặt xong, vịt chạy đồng gặp chuột
Khói rơm chiều, rạ đốt miệng hang
Đời anh còn lắm gian nan
Đào hang bắt chuột gửi nàng rô ti

Vịt chạy đồng, mình anh thầm thì
Qua mùa giáp hạt anh đi cúng đình
Thương em vẫn cứ chung tình
Đồng khô hai đứa chúng mình nên duyên...

# GÁNH MUỐI

Mồ hôi đổ xuống ruộng đồng
Em đi gánh muối nuôi chồng, nuôi con
Gánh muối kẽo kẹt, đường trơn
Mồ hôi đổ xuống dỗi hờn người dưng

Gánh muối chân bước ngập ngừng
Làm dâu khổ lắm xin đừng phụ nhau
Gánh muối dưới nắng chênh chao
Thương em ống thấp, ống cao xăn quần

Gừng cay, muối mặn đã từng
Mồ hôi mặn chát, mắt rưng rưng buồn
Em ơi, muối mặn, đường trơn
Thương đời cô phụ cô đơn mấy mùa

Em đi gánh muối đồng chua
Bạc màu lưng áo giữa trưa nghẹn ngào
Chén cơm chan nước mắt vào
Nhà nghèo em phải chống chèo phụ anh

Gánh muối qua quãng đồng xanh
Hây hây đôi má thương anh chưa về
Con cò đậu ở bờ đê
Thương nhau mình giữ câu thề thủy chung...

## GIÓ MỘT TRIỀN

Gió một triền, em nghiêng một hướng
Em nghiêng về một hướng với riêng anh
Mây xanh xanh và nước cũng xanh
Trái ở trên cành và hoa ở trên môi

Em mong anh, mong đứng, mong ngồi
Khi thức giấc cũng như khi đi ngủ
Sao trên trời và mây kia em ủ
Cho men nồng, ấm đủ một ngày vui

Gió một triền, em nghiêng một hướng
Hướng mặt trời rọi sáng cả thế gian
Hướng của yêu thương, của nồng nàn
Của dỗ dành và trái tim nũng nịu

Hướng của trăm chiều anh cố chịu
Cố gồng mình cho cơn bão đi qua
Kéo rèm thưa cho ánh nắng chan hòa
Anh nheo mắt, ôi... chói lòa hạnh phúc

Gió một triền, ruột đau từng khúc
Có khúc nào anh chẳng nhớ đến em
Nằm lặng nghe tiếng sóng dịu êm
Tim gõ nhịp yêu thương trên ngàn lá

Gió một triền, ôi... yêu thương chi lạ
Dòng sông thơ đã trôi xa bờ
Trôi về biển, hòa vào muôn trùng sóng vỗ
Em hòa vào anh, hoa nở rộn trời chiều...

*Tống Thu Ngân* ©

# AI XINH HƠN

Ai xinh hơn cũng đâu có sao
Chị và bé đều rất ngọt ngào
Hai đứa mình cùng nhau đi dạo
Đi dạo khắp vườn, đi cho mau

Chúng mình cùng ra vườn bắt bướm
Chúng mình cùng đi ra bờ rào
Chúng mình cùng bắt con chim chào mào
Bắt những con sâu đeo cành mận

Chị và bé là một đôi
Cùng ăn, cùng ngủ, cùng cười
Ta cùng đi học, cùng dạo chơi
Nhảy múa tung tăng quên nghỉ ngơi

Chị và bé ai xinh hơn
Cái răng sún cũng dỗi hờn
Tung tăng đuổi bướm, đùa trên cỏ
Hái quýt trong vườn, quýt vàng mơn

Đêm về hai đứa cùng đi ngủ
Vẫn cứ cạnh nhau, đắp chung mền
Mẹ thương chị và cùng thương bé
Chớ có cà nanh, mẹ đánh đòn...

# LIẾM MŨI NÈ

Liếm mũi nè thề không nói dóc
Liếm mũi nè gian dối tính sao
Liếm mũi nè nói câu ca dao
Say hay tỉnh xin chào không ngả mũ

Liếm mũi nè yêu thương vừa đủ
Trái tim người đâu có nhiều ngăn
Liếm mũi nè, đừng có ăn năn
Đã thề thốt, khó khăn cũng phải giữ

Liếm mũi nè, qua cơn sóng dữ
Không dễ gì tìm thấy được nhau
Đắng cay cùng những ngọt ngào
Không đánh đổi, xin chào bình minh đến

Liếm mũi nè, chú cún con thương mến
Chạy loanh quanh chưa thấm mệt hay sao
Liếm mũi nè, thương câu ca dao
Thương tình mẹ sống thật thà dũng cảm

Liếm mũi nè, ai không có bạn
Đừng nhập nhằng giữa bạn và yêu
Làm ta đau suốt cả những chiều
Ôi... liếm mũi rồi... mà sao vẫn vậy...

# HOA BƯỞI TRẮNG

Gió đưa hương bưởi về trời
Tóc thề ở lại chịu đời long đong
Gió đưa hương bưởi về sông
Ba ba vượt cạn, hoa hồng biết bay

Gió bay qua rẫy ông Cai
Thoảng hương hoa bưởi ban mai nắng hồng
Về ngang hòn đá ba chồng
Thấy con chim hạc chạnh lòng cỏ cây

Hương hoa bạc trắng màu mây
Bướm vàng hút nhụy chan đầy mật thơm
Thương ai thương dập, thương dồn
Hái bông bưởi trắng, mà hồn quặn đau

Mồng tơi giăng kín bờ rào
Thương mùa gió chướng rụng sao, rụng đầy
Hương bưởi vẫn còn đâu đây
Tóc thề quấn búi hao gầy dáng xưa

Hoa ngâu rụng trắng bờ dừa
Em đi mót lúa, bắt cua, soi còng
Thương nhau chạy mấy quãng đồng
Thấy bông bưởi trắng chạnh lòng cố nhân...

# NẢY MẦM

Hạt nảy mầm xanh sao đành buông bỏ
Trăng ở trên ngàn khi tỏ, khi lu
Nắng mưa thì phải che dù
Đi qua mùa bão mịt mù thế gian

Hạt nảy mầm mùa sang trái ngọt
Gieo hạt ngọc trời, để hái trái nhân gian
Lương tri khuất cõi mơ màng
Chìm trong mê đắm, khẽ khàng gọi tên

Hạt nảy mầm mọc chênh vênh
Che mưa, che nắng mới nên phận người
Mầm xanh ngậm nước tươi cười
Lá ươm màu biếc vui đùa nắng mai

Mầm xanh mọc ở trên đoài
Cây cao, bóng cả xanh hoài ước mơ
Mầm xanh là đợi, là chờ
Là yêu thương đã từng giờ gọi tên

Mầm xanh, đừng có chông chênh
Đường về hoa nở hai bên đường làng
Thương nhau giữ đóa sen vàng
Thâm tâm rực sáng, mơ màng dưới trăng...

## HOA MẶT TRỜI

Hoa mặt trời rạng ngời trong nắng
Miệng em cười tỏa sáng chiều quê
Gái trai gặt lúa triền đê
Thuận mùa cây trái đường về reo vang

Câu hò nhổ mạ bên làng
Anh Hai nói lối, ghẹo nàng út Tươi
Reo vang nói nói, cười cười
Trầu cau anh sắm đón người anh yêu

Trâu về ăn cỏ đường chiều
Miếng trầu đỏ thắm, anh yêu tới già
Nắng nhiều anh tựa gốc đa
Quạt mo phe phẩy, đi ba quãng đồng

Rước dâu hàng họ thật đông
Cô dâu áo thụng, môi hồng, bồ câu
Hai bên che lọng qua cầu
Ông mai đi trước, cô dâu thẹn thùng

Hoa vàng mọc ở khắp cùng
Nắng vàng rực rỡ một vùng nước mây
Bên hồ bán nguyệt anh xây
Thả chân em rửa má hây hây hồng...

# CÁ RÔ KHO TỘ
# CANH MƯỚP MỒNG TƠI

Cá rô kho tộ, canh mướp mồng tơi
Ai đi xa rồi bỗng nhớ ngẩn ngơ
Cá rô mà bắt lên bờ
Xa dòng nước chảy lững lờ mồng tơi

Cho dù ngàn món ăn chơi
Cá rô kho tộ cả đời không quên
Chiều chiều gọt mướp mình ên
Nhớ anh đi gặt xóm trên chưa về

Quàng khăn ra đứng bờ đê
Ngó xuôi, ngó ngược anh về hay chưa
Đi chợ mua bánh ít dừa
Để dành ba bữa cho vừa dạ anh

Cơm chiều, mẹ nấu chờ anh
Rưng rưng khói bếp, nhà tranh, vách bùn
Đêm đêm em ngủ giăng mùng
Canh ba muỗi cắn giở mùng kiếm em

Cá rô kho tộ anh thèm
Mồng tơi nấu mướp bỏ thêm cọng hành
Con cua nhớ bạn ngoài gành
Em đây không ngủ nhớ anh đêm ngày...

*Tống Thu Ngân* ©

# ĐỈNH NGÀN HOA

Đi lên tận đỉnh ngàn hoa
Hoa cùng với nắng giao hòa bốn phương
Mây cùng với gió yêu thương
Sương cùng thấm đẫm thiên đường bao la

Ta cùng lên đỉnh ngàn hoa
Dang tay ra đón chói lòa nắng mai
Ta cùng mở rộng vòng tay
Ôm vào trời đất, núi mây một nhà

Ta cùng trao hết thiết tha
Tình người sông nước cùng ra biển trời
Chim muông ríu rít gọi mời
Ôm mùa trái ngọt trao đời yêu thương

Ngàn hoa giăng khắp cung đường
Ngàn sao lấp lánh con đường nhân gian
Tâm ta sáng tựa sen vàng
Tình ta trao hết thế gian ngọt bùi

Reo vang tiếng suối reo vui
Hòa cùng muôn điệu nhạc trời mênh mông
Trao đời, trao cả tấm lòng
Trao người, trao hết má hồng thanh xuân

Ngàn hoa khoe sắc tưng bừng
Bướm về hợp xướng cánh rừng xôn xao
Ngày sau cho đến ngàn sau
Trong lòng hoa nở ngạt ngào sắc hương...

## EM VÀ CẨM TÚ CẦU

Em và cẩm tú cầu ai xinh hơn
Đôi môi thêm một chút dỗi hờn
Dưới nắng ban mai hoa đua nở
Em cũng chao mình tựa hoa mơn

Em và cẩm tú cầu song đôi nhau
Gió mơn man thổi mấy nhịp cầu
Em cũng mỉm cười như hoa nụ
Một nụ cười thôi... nghe chênh chao

Em và cẩm tú cầu có gì vui
Mà em cười con mắt có đuôi
Làm ta ngơ ngẩn đêm không ngủ
Cứ nhớ đến em, cứ ngậm ngùi

Cẩm tú cầu ơi... tú cầu ơi...
Mắt em là cả một bầu trời
Em và hoa là một trời lấp lánh
Một cõi bình yên rất tuyệt vời

Nắng ở trên đầu, gió trên môi
Hoàng hôn thấp thoáng dưới chân đồi
Mắt em vẫn cười, hoa một đóa
Cẩm tú cầu, em vẫn song đôi...

## MỆT RỒI MÌNH HÃY NGỦ ĐI

Mệt rồi mình hãy ngủ đi
Tựa đầu mà ngủ thầm thì cho ngoan
Mệt rồi đừng có lang thang
Vườn yêu em vẫn dịu dàng trao anh

Mệt rồi đừng có lanh chanh
Như đôi chim sáo song hành bắt sâu
Mệt rồi một cuộc biển dâu
Tựa đầu ta ngủ, đêm thâu ta cùng

Mệt rồi không nghĩ lung tung
Kề vai, sát cánh bão bùng sẽ qua
Mệt rồi thôi kệ người ta
Kề nhau vượt bão, tránh xa miệng đời

Mệt rồi thì hãy nghỉ ngơi
Đi qua mùa bão tả tơi đủ rồi
Mệt rồi mà vẫn thấy vui
Đôi chim liền cánh ngủ vùi trong nhau

Mệt rồi đừng có chênh chao
Đường ta cứ bước, đón chào bình minh
Mệt rồi chỉ có đôi mình
Kề nhau mình ngủ giấc tình mộng mơ...

*Tống Thu Ngân* ©

# BÌNH BÁT

Tay mang bình bát xuống trần
Trả nợ nhân thế đồng lần cũng xong
Tay mang bình bát long đong
Sống giữa hồng trần có cũng như không

Tay ôm bình bát lội sông
Cuộc đời sắc sắc, không không sá gì
Tay mang, lòng chẳng muốn đi
Dùng dằng say tỉnh, sân si vẫn còn

Tay mang bình bát lon ton
Bước cao, bước thấp đã mòn gót chân
Đời người đâu tới trăm năm
Nửa đường lạc bước hồng trần mộng du

Ngoài kia sương khói mịt mù
Khi mờ, khi tỏ, chén thù, chén vơi
Ai ơi có mặt trên đời
Chân đi khất thực cuộc đời tha nhân

Cho nhau một chút ân cần
Cho nhau xin chớ ngại ngần cho nhau
Bình bát không phải quả nhàu
Yêu nhau xin hãy gửi trao cuộc đời...

## MÈO BẮT CÁ

Có một con mèo rất ham chơi
Vờn qua, vờn lại giữa cuộc đời
Vờn bầy cá đẹp trong làn nước
Vờn cả nhân gian mấy tình đời

Cô mèo rất đẹp của tôi ơi
Bên kia cá rán đã thơm rồi
Bên nầy béo ngậy mùi thịt mỡ
Cô mèo rối quá hả mèo ơi

Cô mèo xinh đẹp của tôi ơi
Tôi biết nàng đang rất chơi vơi
Cứ ngồi ngắm cá trong bình lội
Muốn bắt vài con cho đã đời

Cô mèo yêu dấu của tôi ơi
Mặc cho đàn cá cứ bơi bơi
Ra chợ tôi mua vài con cá
Dành để cho nàng - cho nàng thôi

Hỡi cô mèo đẹp của tôi ơi
Hãy cứ thênh thang cứ dạo chơi
Sáng nay trời lạnh - trời thật lạnh
Chắc sẽ đông về - sẽ tuyết rơi...

# NGƯỜI QUÊ TÔI

Người quê tôi hay lãm, hay làm
Người quê tôi chịu thương, chịu khó
Người quê tôi ra đường mưa gió
Vẫn bền lòng, đi ngược về xuôi

Người quê tôi tay nắm không rời
Luôn đoàn kết khi bão về, lũ đến
Người quê tôi lưới đan, rơm bện
Bếp lửa nghèo vẫn rất ấm tình quê

Người quê tôi đi buôn, đi bán
Trăm món hàng vẫn cứ chất đầy xe
Nào treo, nào cột, nào bè
Mang theo hết trên chuyến xe bão táp

Người quê tôi hay ca, hay hát
Hò rất mùi và sáu câu vọng cổ rất vui
Người quê tôi quyết tiến không lùi
Nào thúng, nào nia, nào thùng, nào chổi

Cứ ra đường là buôn bán ngược xuôi
Người quê tôi khổ đã quen rồi
Một sương, hai nắng, bán mặt cho trời, bán lưng cho đất
Người quê tôi sống đời chân thật

Người quê tôi không sợ mưa rơi
Mà chỉ sợ tình đời đen bạc
Người quê tôi như muôn điệu nhạc
Lửa bập bùng và nhảy điệu Rumba

Người quê tôi thương lắm mái nhà
Che mưa nắng, che những chiều giông bão
Người quê tôi đi qua mùa bão
Đôi chân trần bước mãi những chiều rơi...

Tống Thu Ngân ©

## HOA MỘC LAN VẪN NỞ

Có một loài hoa tên mộc lan
Vẫn nở kiêu sa dưới nắng vàng
Cho dù tâm biến, lòng bất biến
Hoa màu trinh trắng nắng hanh vàng

Có một loài hoa tên mộc lan
Màu trắng tinh khôi, bung nhụy rồi
Bất chấp thế gian buồn nghiêng ngửa
Vẫn đứng hiên ngang giữa đất trời

Mộc lan màu cam của tôi ơi
Đã biết chênh chao của tình đời
Đã biết nhân gian buồn tha thiết
Đã biết sáng nay mệt rã rời

Mộc lan màu đỏ của xa xôi
Em vẫn hồn nhiên ở trên đồi
Trách chi nhân thế lòng chật hẹp
Trách chi đen bạc của tình đời

Mộc lan thanh khiết của tôi ơi
Yêu thương trên chót lưỡi đầu môi
Ta về cởi áo đi hoang mộng
Quẳng hết xuống sông, tắm cuộc đời...

## QUỲNH HƯƠNG NHÀ MÌNH NỞ

Em có hay chưa quỳnh hương nhà mình nở
Đẹp vô ngần hai đóa đứng song đôi
Này em ơi quỳnh hương bung nhụy rồi
Hai đứa mình vẫn hai nơi về chưa kịp

Này em ơi quỳnh hương thật đẹp
Bởi sắc màu tươi thắm đẫm sương mai
Bởi đêm đen vẫn rực ánh tương lai
Bởi đêm tối nhưng ngày mai sẽ sáng

Này anh ơi tình yêu là vô hạn
Đến tận cùng nỗi nhớ cứ nhiều hơn
Dẫu phong ba, bão tố dỗi hờn
Quỳnh hương nở tình đôi ta thắm đẫm

Này anh ơi trên bước đường vạn dặm
Gai góc cuộc đời mình vẫn phải đi qua
Chẳng trách chi những buổi chiều tà
Hai nỗi nhớ cứ chan hòa làm một

Này em ơi quỳnh hương mật ngọt
Trong sương đêm ấp ủ mối tình nồng
Trong khu vườn quay mặt hướng đông
Đón tất cả ấm nồng mình yêu dấu...

# HÁI VỘI NHÁNH BUỒN
*(Bài thơ tình thứ tám trăm)*

Hái vội nhánh buồn quẳng ra sông
Cho dòng nước ngược chảy vào lòng
Thế gian rộng quá mà sao hẹp
Nên để nỗi buồn chảy vào trong

Hái vội nhánh buồn - buồn mênh mông
Tình đời như một - một dòng sông
Trôi ra biển lớn trăm đầu sóng
Có ngọn sóng buồn tựa thinh không

Hái vội nhánh buồn ép vào tim
Trần gian ta vội vã đi tìm
Trăm con chim nhạn về chấp chới
Có một con mèo ngủ lim dim

Hái vội nhánh buồn - ta tặng ta
Thế gian vẫn thế cứ gọi là
Đi tìm tri kỷ bao năm nữa
Một giấc chiêm bao quá lụa là

Hái vội nhánh buồn - ta với ta
Tìm trong giấc ngủ chút mặn mà
Trăm sông đều đổ về biển cả
Còn một chút gì của riêng ta

Hái vội nhánh buồn nghe chơi vơi
Trách chi đen bạc của tình đời
Quẳng hết ra sông - ta quẳng hết
Chỉ giữ riêng mình một chiều rơi...

*Tống Thu Ngân* ©

## TÔ BÚN MẮM

Mời anh ăn bún mắm cùng em
Bún mắm rất ngon mực rất giòn
Thịt quay, tép bạc cùng cà tím
Mùi sả thơm lừng, rau rất ngon

Về quê ăn bún mắm cùng em
Rau sống, rau thơm, bông súng giòn
Càng cua, rau đắng, dạ sắt son
Ăn liền ba bữa vẫn thấy ngon

Em sẽ vắt chanh và xắt ớt
Thêm vào anh sẽ thấy càng ngon
Mai về anh nhớ tô bún mắm
Để biết tình em mãi vẫn còn

Thương anh, em bào thêm rau muống
Hái cả rau rừng với lá non
Em bỏ vào tô thêm giá sống
Cả trời hương vị rất dịu êm

Anh đến miền Tây ăn bún mắm
Nghe khói chiều quê, khói đốt đồng
Đượm tình non nước trong mưa nắng
Chở mấy con đò vẫn nhớ mong...

# TÌNH OLIVE

Em là cô gái ngụ ngôn
Qua rừng trái chín gửi hồn cho cây
Olive quả của trời mây
Tinh dầu cuộc sống, đong đầy chén cơm

Blossom hương ấy vẫn thơm
Sá gì những chuyện áo cơm đổi dời
Đời người những trận mưa rơi
Em ngồi xõa tóc xem đời trái ngang

Hương Blossom dẫu muộn màng
Còn hơn cứ để bẽ bàng nước trôi
Olive mọc ở trên đồi
Nở hoa trắng xóa để rơi sắc vàng

Đường chiều mỏi bước lang thang
Blossom quyến rũ, dịu dàng bên ai
Long lanh đôi mắt của nai
Rừng Olive đã tím hoài mùi hương

Với tay chạm tới thiên đường
Tuy không xa lắm, nhưng thương nhớ nhiều
Ôm vào một nhánh Olive
Blossom thôi đã đường yêu rụng đầy...

# VẪN CHÍNH LÀ EM

Em - vẫn chính là em
Nồng nàn và hoang dại
Vẫn lang thang vào rừng tìm trầm, ngậm ngải
Vẫn là em - trễ nải cả cuộc đời

Em - vẫn chính là em
Vẫn thích quay về với đại ngàn yêu dấu
Với những chiều nổi khói lấy mật ong
Với những chiều gom rạ đốt đồng

Em - vẫn chính là em
Với những mùa đông
Quàng khăn tím đi vào rừng tìm hoa dại
Em vẫn là em của những chiều dang tay ôm cả mùa hoa trái

Em - vẫn chính là em
Yêu thương vụng dại
Vẫn không quen ma mị, lọc lừa
Vẫn sống thật và cho đi tất cả

Em - vẫn chính là em dẫu tình đời nghiệt ngã
Có sá gì mưa nắng, bão giông
Có sá gì những cơn bão lòng
Chân bước nhẹ qua mấy miền sỏi đá

Em - vẫn là em yêu thương chi lạ
Biết nông sâu, đâu bến, đâu bờ
Biết yêu thương là những giấc mơ
Biết đứng giữa hai bến bờ hư thực

Em - vẫn là em, sống không ngờ vực
Nên chọn cho mình một cánh đồng hoang
Cùng muôn thú trong chiều vàng ngập nắng
Hái những bông hoa của đất trời ban tặng

Em - vẫn là em giữa đại ngàn hoang dã
Ngắm ánh mặt trời từ sáng đến hoàng hôn
Ngửa mặt uống dòng suối nguồn thanh khiết
Giữa hồ sen gội sạch hết bụi trần

Em - vẫn là em - thật êm đềm
Đại ngàn mênh mông... mênh mông
Em vuốt mặt đi qua mùa bão giông
Ôm tất cả vào lòng che cơn mưa vội vã

Em vẫn biết cuộc đời là trăm ngã
Ngước mắt nhìn đời hối hả những bước chân
Chọn cho ta một cuộc sống thanh bần
Dòng suối mát rửa chân ta mộng mị...

## HOA XUYẾN CHI

Hoa xuyến chi là hoa xuyến gì
Giản đơn như chính loài hoa ấy
Âm thầm mưa gió chẳng hề chi
Bởi vì... em là hoa xuyến chi

Ai khoe sắc thắm cứ mặc ai
Ai cứ cao sang với trang đài
Em vẫn nắng mưa bao ngày tháng
Vẫn cứ ung dung đón nắng mai

Đừng hỏi em hoa xuyến gì
Đừng gọi tên em là xao xuyến
Một phút chạnh lòng chẳng muốn đi
Bên nhau âu yếm nói thầm thì

Mùa này se lạnh, em giữ ấm
Giữ cả cho anh những ấm nồng
Giữ cho anh nhé hoa xuyến chi
Giữ hết cho anh cả những gì

Hoa xuyến chi là hoa xuyến gì
Đi ngang, về dọc có sá chi
Loài hoa bình dị mà can đảm
Anh vẫn yêu hoài... hoa xuyến chi...

## MỘT CHÚT SEN

Ta về mơ một chút sen
Mơ trong sâu thẳm thắp đèn sáng soi
Ta về lau lại gương soi
Mấy câu nhân nghĩa của đời ông cha

Ta về trồng lại giậu hoa
Ươm thêm luống cải, nuôi gà, nuôi dê
Ta về cỏ mọc bờ đê
Hoàng anh nở rộ đường về xôn xao

Tòa sen vẫn nở thanh cao
Lá ôm mặt nước, dạt dào tình thân
Hương sen vẫn tỏa thơm lừng
Sáng trong đêm tối cõi trần ai ru

Dù cho trong cõi mịt mù
Đóa sen vẫn nở để ru đạo đời
Trong bùn vẫn nét tinh khôi
Ai đem sen xuống chơi vơi mấy mùa

Ngày rằm đốt nén hương xưa
Lắng nghe trong gió đong đưa mùa về
Trong đầm sen vẫn chân quê
Tinh khôi một nụ đi về mặc ai.

*Tống Thu Ngân* ©

# BÚN CÁ

Đến quê em xin mời tô bún cá
Đã ăn rồi về năn nỉ má nha anh
Bún cá em nấu không tanh
Mà nghe hương cá long lanh mắt cười

Bún cá em nấu tuyệt vời
Cà chua, thơm chín, xin mời anh ăn
Ăn rồi chớ có lăn tăn
Thương tô bún cá lăng xăng cả đời

Bún em gom hết chiều trôi
Thì là, hành ớt, mây trời, nắng mơ
Bún này bún đợi, bún chờ
Bún đưa, bún đẩy, tình vờ mà vui

Bún em dấp cá ngậm ngùi
Rau răm tình tự, rau mùi bơ vơ
Trắng trong cọng giá như tơ
Củ hành, rau húng chơ vơ giữa chừng

Yêu nhau chẳng đặng thì đừng
Thương tô bún cá xin đừng phụ nhau
Sá gì những cơn mưa rào
Ăn tô bún cá thương nhau tới già...

# GIẤC NGỦ TRẺ THƠ

Ước gì ta có giấc trẻ thơ
Chẳng biết lo âu, chẳng ước mơ
Chỉ biết chìm vào trong giấc ngủ
Hồn nhiên, cười mỉm trong giấc mơ

Thức dậy đôi tay quơ tìm mẹ
Kề bầu sữa ngọt khóc vu vơ
Ngày tháng trôi qua đời mặc kệ
Trong vòng tay mẹ cười vu vơ

Ước gì ta trở lại trẻ thơ
Để được nâng niu, được đợi chờ
Đợi cho khôn lớn và học giỏi
Đợi cho ngoan ngoãn để thành người

Giấc ngủ trẻ thơ khóc với cười
Mặc kệ thế gian với tình đời
Mặc kệ ngoài kia mưa hay gió
Em vẫn ngủ ngoan trong vòng nôi

Ước gì... ta chỉ ước vậy thôi
Dòng đời vẫn chảy theo nước trôi
Môi ngoan ta vẫn mỉm miệng cười
Ta vẫn thấy đời vui rất vui...

## BỒ CÔNG ANH BAY VỀ ĐÂU

Anh hỏi em bồ công anh bay về đâu
Cánh hoa mỏng mảnh đã úa màu
Bay về muôn nẻo tìm đất sống
Một góc trong vườn hay ở đâu

Em hỏi anh ngày mai sẽ ra sao
Nào ai biết được đời vạn nẻo
Một nẻo đi về để có nhau
Đường trần sao còn lắm chênh chao

Anh hỏi em có khi nào
Bồ công anh vẫn bay, bay về chốn cũ
Vẫn sống cạnh nhau đến bạc đầu
Cho dù biển cả hóa ngàn dâu

Mùa này bồ công anh chưa có đâu
Anh đừng hỏi em chuyện trăng sao
Em muốn tình mình là hoa nắng
Nắng ở trong vườn luôn có nhau

Bồ công anh sẽ bay về đâu
Em hái cánh hoa đã úa nhàu
Rải đều trên cỏ màu xanh nõn
Hoa sẽ nở vàng ở bên nhau

Mùa này bồ công anh chưa có đâu
Đôi ta luôn suy nghĩ về nhau
Rực vàng trong những màu tâm tưởng
Luôn ở cạnh nhau, dù ở đâu...

*Tống Thu Ngân* ©

## ĐỢI CHỜ

Những quả bí đã lăn tròn
Trong sân nhà và bên hàng xóm
Những quả bí lăn tròn
Trong các khu vườn nhà đầy nắng

Tháng Mười Một sắp về
Halloween sắp đến
Ta ngồi đây bên những quả bí tròn
Những quả bí lăn cuộc đời như cuội

Tháng mười đã qua đi thật vội
Để lại gì trong ký ức hanh khô
Để lại gì trong cõi mơ hồ
Với tay hái chùm mơ vừa chín vội

Tháng Mười Một lòng ơi sao chờ đợi
Những quả bí tròn lăn mãi cuộc đời tôi
Treo trên cành nỗi nhớ chơi vơi
Quẳng xuống vực càn khôn bất biến

Ta muốn tin cuộc đời là lương thiện
Tin vào chân, thiện, mỹ của con người
Tin vào tình yêu trắng trong không hoen ố
Tin vào những nhân nghĩa của cuộc đời

Ta muốn tin vào lời không đường mật
Ta muốn tin vào những điều có thật
Sau cơn mưa là bảy sắc cầu vồng
Ta vẫn tin vào mối tình trắng trong

Những quả bí tròn
Lăn cuộc đời nông nổi
Những năm tháng đợi chờ
Xin đừng để hanh hao...

*Tống Thu Ngân* ©

## NHỮNG CÁNH HOA DIÊN VĨ

Em chọn cho mình những cánh hoa diên vĩ
Loài hoa của lòng dũng cảm, trung thành
Loài hoa của sự khôn ngoan và may mắn
Loài hoa của tình yêu, con mắt của thiên đường

Em chọn cho mình loài hoa của yêu thương
Của hy vọng, của tấm lòng nhân hậu
Em chọn cho mình loài hoa của sức mạnh
Lòng tin yêu, đam mê và nhiệt huyết

Em chọn cho mình loài hoa thật tuyệt
Giữa thinh không, có bảy sắc cầu vồng
Em chọn cho mình loài hoa của mùa đông
Của sức mạnh, mong manh nhưng quyền lực

Em chọn cho mình lòng tin không ngờ vực
Dẫu tuyết rơi, hoa vẫn nở tuyệt vời
Trong giá lạnh vẫn xinh đẹp không thôi
Vẫn khoe sắc cho một ngày rực nắng

Em vẫn yêu những cánh hoa diên vĩ
Vẫn trung trinh trong hương sắc rạng ngời
Vẫn tỏa sáng trong những miền chơi vơi
Vẫn đứng vững trong phong ba bão tố

Ôm vào tim những cánh hoa diên vĩ
Ôm vào lòng sắc tím của thủy chung
Ta vẫn bên nhau cho đến tận cùng
Vẫn yêu mãi những cành hoa diên vĩ...

*Tống Thu Ngân* ©

## MÙA THU ĐẠI NGÀN

Anh có nghe thu gọi
Lãng đãng khói lam chiều
Bầy trâu về nghé ngọ
Góc nhỏ chúng mình yêu

Anh có nghe thu gọi
Gió vi vu đại ngàn
Anh trong những chiều vàng
Lang thang tìm hoa dại

Này hoa vừa mới hái
Anh gửi về tặng em
Những đóa hoa cánh mềm
Rồi mình tự đặt tên...

Đại ngàn vẫn còn bão
Gió rít mãi không thôi
Đôi ta đã chọn rồi
Tình mình đi qua bão

Những cơn gió vô tình
Những cơn mưa tầm tã
Dẫu có quật anh ngã
Anh vẫn cứ đứng lên

Đường đời dẫu chông chênh
Xin vững lòng anh nhé
Đại ngàn là đất mẹ
Là xương máu của cha

Đại ngàn luôn bao la
Như mắt em tha thiết
Chờ anh mỗi chiều tà
Ơi... mùa thu bao la...

*Tống Thu Ngân* ©

## MỘT THOÁNG TIỂU THƯ

Em về một thoáng tiểu thư
Để anh ngơ ngẩn bây chừ làm sao
Em về cỏ lá lao xao
Cho tim anh rụng ngọt ngào trong em

Em về gót đỏ như sen
Anh xây hồ nguyệt cho em tắm ngồi
Em về hai đứa chung đôi
Anh xây cả mấy quả đồi cho em

Ước hoài trời tối nhá nhem
Để anh đây được cùng em ấm nồng
Thương sao hai chữ vợ chồng
Nắm tay thật chặt bão giông sá gì

Chào em tiểu thư kiêu kỳ
Anh nhìn một thoáng chân đi không đành
Biết em chỉ có mình anh
Thương em một thoáng, không đành làm ngơ

Biết em rất... rất tiểu thơ
Dù là một thoáng... mà chờ trăm năm
Thương em... thương cái chỗ nằm
Thương hai con mắt lá răm giận hờn

Tiểu thư ơi... má thắm, môi hường
Lòng anh một nắng, hai sương cũng chờ
Xin em đừng có ngó lơ
Tiểu thư một thoáng ngẩn ngơ anh tìm...

## CHUYỆN TÌNH ĐÔI SÓC

Này em cô sóc tím
Anh tặng em cành hồng
Anh tặng cả tấm lòng
Cho cô em tim tím

Này anh, anh sóc tím
Tình đôi ta ngọt lịm
Chín như trái táo hồng
Thơm như chùm nho ngọt

Này em, em thật ngọt
Ngọt như thìa mật ong
Để anh chạy lòng vòng
Chạy quanh em rất mệt

Này anh đừng thêu dệt
Sóc em đây thật hiền
Em hiền như cô tiên
Trong những đêm thần thoại

Này em, chân đã mỏi
Và mắt em xoe tròn
Làm tim anh rúng rính
Làm lòng anh bịn rịn

Tình đôi ta sóc tím
Tình đôi ta mầu nhiệm
Xoa dịu mọi nỗi đau
Tim yêu thương dạt dào

Em ơi mùa đông đến
Đôi ta cùng đắp mền
Và tim anh treo ngược
Ủ ấm tình mênh mông...

## HÁI VỘI MỘT NHÀNH HOA

Một nhành hoa hái vội
Anh gửi về tặng em
Hoa đại ngàn lộng gió
Như anh nặng tình em

Đôi ta là nhật nguyệt
Ngày dài và đêm thâu
Vầng trăng treo trên đầu
Trưa nắng hè đổ lửa

Mùa đã về hay chưa
Nhớ nhung nói sao vừa
Dịu dàng qua cơn mưa
Dắt nhau qua mùa bão

Đêm đại ngàn trăng sao
Ta đi qua quen rồi
Như con nước chiều trôi
Như mặt trời buổi sáng

Một nhành hoa hái vội
Trên đường anh mênh mông
Gửi em cả tấm lòng
Của một người lữ thứ

Chiều nay... và chiều nay
Vắng anh trên lưng đồi
Hoa buồn mà không nói
Chỉ thấy lòng chơi vơi...

*Tống Thu Ngân* ©

## DÂNG ĐỜI

Dâng đời màu hoa nắng
Dâng đời lòng trong trắng
Và nụ cười tinh khôi
Tay rót mật cho đời

Dâng đời vạn niềm vui
Dâng đời vạn nụ cười
Câu ca dao đằm thắm
Vẫn theo nhau mỗi chiều

Dâng đời nồng nàn yêu
Trong những ngày xiêu điêu
Vẫn cho đời quả ngọt
Vẫn cho mẹ trái thơm

Ta không biết giận hờn
Thứ tha là lẽ sống
Cười là tia hy vọng
Thắm tình mãi không thôi

Ta dâng đời hoa nắng
Ta dâng đời trong trắng
Trong lòng vẫn tinh khôi
Và cây vẫn đâm chồi

Ta dâng đời, đời ơi
Môi vẫn mỉm miệng cười
Nụ hồng luôn chúm chím
Nồng nàn mãi không thôi...

# TRAO NHAU

Ta còn gì cho nhau
Anh dặm trường sương gió
Em bão tố phôi pha
Cùng mơ một mái nhà

Ta còn gì cho nhau
Chỉ còn lại đớn đau
Vết thương hằn da thịt
Nước mắt khóc nhìn đời

Ta còn gì cho nhau
Cọng cỏ mềm ngang dọc
Đời cho hết tha nhân
Xin giữ lại một lần

Ta cho nhau một thoáng
Một thoáng đời bận rộn
Cứ đi ngược, về xuôi
Ta vẫn mỉm miệng cười

Ta xin nhau một thoáng
Một thoáng nhìn thấy nhau
Mà sao vô cùng khó
Đời do mình chọn lựa

Đi trước phải về sau
Muốn mau thì phải chậm
Ta chia nhau lận đận
Cho nhau nụ hôn nồng...

Tống Thu Ngân

## THỎ ƠI

Có con thỏ trắng
Một mình dưới trăng
Cứ chạy lăng xăng
Tìm cô bạn nhỏ

Này anh chàng thỏ
Đừng có lấp ló
Mà hãy ra đây
Chơi với bé này

Có anh chàng thỏ
Chưa giấu được đuôi
Cứ mãi ham vui
Tung tăng khắp chốn

Suốt ngày bận rộn
Tìm trước giấu sau
Thôi hãy mau mau
Về nhà còn kịp

Đời đang bắt nhịp
Suối nhạc reo vang
Réo rắt cung đàn
Hòa âm kẻo muộn

Này anh thỏ trắng
Hãy đi cùng em
Những bước chân hiền
Qua miền cỏ lạ

Thỏ ơi... thỏ à
Đồng cỏ bao la
Có em cùng thỏ
Mình hát tình ca...

# EM VỀ VỚI NAI

Rồi mai đây em về với nai
Với rừng xanh và con suối dài
Có đàn nai tơ đang uống nước
Có ngọn gió hiền và giọt nắng mai

Rồi mai đây em về với dòng sông
Gom hết yêu thương giấu trong lòng
Gom hết mây trời vào trong mắt
Gom hết đại ngàn vào mênh mông

Rồi mai đây em về với nai
Với những tháng năm nhớ miệt mài
Nhớ anh sương gió màu áo trận
Nhớ những chiều vàng đứng bâng khuâng

Rồi mai đây em về với nai
Về với yêu thương những tháng ngày
Ta dắt tay nhau ra triền suối
Hòa khúc nhạc lòng chẳng phôi phai

Về với em, và về với nai
Về với đồng xanh, ta nắm tay
Hoa vàng trổ nụ thơm, thơm ngát
Và em với anh hiền như... nai...

# GỎI CUỐN

Mời nhau gỏi cuốn, tương bần
Mời nhau, mời đủ mấy lần mới ăn
Đời người còn lắm khó khăn
Qua sông nhớ bến, khăng khăng nhớ đò

Mời nhau gỏi cuốn, bánh bò
Nhà quê chơn chất biết dò nông sâu
Mời nhau canh cá sầu đâu
Mời nhau chén rượu giải sầu anh ơi

Mời nhau con nước chơi vơi
Con cua mắc cạn, cuộc đời long đong
Mới hay tiền bạc bẻ cong
Mấy câu nhân nghĩa lòng vòng chạy quanh

Mời anh bẻ trái cau xanh
Bẻ đôi tình nghĩa dỗ dành mà chi
Mời nhau mỏi cánh thiên di
Chim bay về tổ có gì khó khăn

Mời nhau con mắt đăm đăm
Con chim lẻ bạn lệ tràn hoen mi
Mời nhau lòng có chi chi
Thương sao gỏi cuốn xanh rì cọng rau...

## ĐÔI CHIM CHÍCH

Có đôi chim chích
Đậu trên cành me
Có đứa khóc nhè
Dỗ hoài không nín

Hai con chim chích
Trên cây tầm ruột
Ngơ ngác đứng nhìn
Xinh thật là xinh

Hai con chim chích
Ca hát líu lo
Ăn chưa biết no
Và lo chưa tới

Đường xa diệu vợi
Mà cứ la cà
Ríu ra, ríu rít
Ríu ra, ríu rít

Chim chích, vàng anh
Sao cứ lanh chanh
Sao cứ đành hanh
Không mau về tổ

Chim chích hót vang
Chuyền qua, chuyền lại
Bên bụi hồng dại
Bên cành thông khô

Nhặt thóc, nhặt ngô
Để dành trong tổ
A lô... a lô
Hai con chim chích

Đang cười khúc khích
Xây tổ, mớm mồi
Cho chú chim con
Đang hót véo von

Ríu ra, ríu rít...
Ríu ra, ríu rít...

Tống Thu Ngân ©

# HẠT GẠO QUÊ HƯƠNG

Hạt gạo quê hương chở nặng tình
Chở giọt mồ hôi hai sương, một nắng
Chở ánh trăng ngà chú Cuội nằm mơ
Chở thuyền nhân nghĩa nặng mà sao không đắm

Hạt gạo quê hương một đời trong trắng
Nặng trĩu ngày mùa gặt lúa trên nương
Nặng trĩu vai, chở nặng tình thương
Tình làng, nghĩa xóm, ruộng vườn lao xao...

Cánh cò đêm xuống tìm nhau
Về rừng tìm tổ cho nhau ấm nồng
Thương sao hạt gạo trắng trong
Một đời lận đận nhà nông mất mùa

Ai về thương cánh hoa mua
Thương cơm nếp đậu trộn dừa thật ngon
Ai về giữ dạ sắt son
Dù còn, dù mất mỏi mòn đợi nhau

Trời mưa ngập hết sân sau
Em ra sân trước nghẹn ngào nhớ anh
Quê hương ruộng mạ xanh xanh
Hạt gạo trong trắng lòng thành của em...

## ĐÓN LÁ

Đón lá vàng thu để đợi đông
Gom hết lá thu để trong lòng
Gom hết ánh vàng vào tâm tưởng
Gom hết lá vào thảy lên không

Làm sao biết được giữa mùa đông
Mùa của tuyết rơi của chạnh lòng
Làm sao em đếm bao nhiêu lá
Có chiếc lá nào chẳng ngóng trông

Vàng thu chiều lá, chiều thu không
Cái nhớ hắt hiu rất chạnh lòng
Thương người lữ thứ sầu quạnh quẽ
Nước mắt âm thầm chảy vào trong

Vàng thu mùa úa lá bay bay
Nợ giấc mơ hoa những tháng ngày
Xin người dừng bước chân hoang mỏi
Ngẫm lại đôi dòng đục hay trong

Đón lá chiều nay, đón lá bay
Ôm lá vào trong cả hai tay
Gom vào tâm tưởng hoa diên vĩ
Gom hết vào trong, dấu trong lòng...

*Tống Thu Ngân* ©

# EM CHE

Em che giọt nắng bên thềm
Che lưng trời gió êm đềm bên anh
Em che cơn bão qua mành
Che cho hai đứa chòng chành qua sông

Em che trời sẽ vào đông
Che cho mưa tuyết, bão lòng chênh chao
Em che cho nắng tươi màu
Che cho hai đứa dạt dào yêu thương

Em che chiều tím vấn vương
Che cho đôi mắt bụi đường khói bay
Che đời bằng hai bàn tay
Xin đừng nghiêng ngửa ngày mai sẽ buồn

Em che cho cả chim muông
Che vườn cây trái hạt sương ướt dầm
Che cho con mắt lá răm
Chỉ nhìn một cõi xa xăm đợi chờ

Che cho hai đứa chiều mơ
Những tia nắng quái tình cờ rọi qua
Che cho hai đứa mái nhà
Sớm hôm nương dựa tình ta mặn nồng...

# TÓC EM THƠM MÀU SUY NGHĨ

Rồi cũng có một ngày
Tóc em thôi xanh thời con gái
Mái tóc mềm thôi xõa buông lơi
Mái tóc em đã nhuốm bụi đời

Rồi cũng có một ngày
Em trở về một thời hoa mộng
Môi mỉm cười lồng lộng những ước mơ
Những cọng tóc mềm cũng biết hát vu vơ

Rồi cũng có một ngày
Em ngồi nghe gió hát
Bản tình ca mình đã viết lâu rồi
Quẳng tất cả vào trên những nhánh sông trôi

Rồi cũng có một ngày
Em chợt nhận ra
Mở cánh cửa lòng và trôi về biển lớn
Biển mênh mông mà hết sức dịu dàng

Ngồi chải tóc và đợi những mùa sang
Những cọng tóc mềm đã nhuốm màu thời gian
Đã từng ướp với mùi hương, hoa ngâu, hoa bưởi
Giờ tóc mềm - đã thơm màu suy nghĩ của thời gian...

# VƯỜN TÁO THƠM

Em vẫn thích đi ra vườn nhặt táo
Những trái thơm rơi rụng đã đầy sân
Nghe lung linh những hạt nắng trong ngần
Cười rộn rã mùa họa mi thôi khóc

Em vẫn thích đi bằng đôi chân mộc
Đạp những mảnh gai đời đau buốt tận con tim
Em vẫn thích những buổi sáng đi tìm
Và thấy lại chính mình sau cơn bão

Vườn táo thơm mình riêng em đi dạo
Nhón gót hồng hái những quả miên man
Để thấy bao ý nghĩ dâng tràn
Và thấy cả một khung trời lãng mạn

Vườn táo thơm là một chiều thanh thản
Quên hết chuyện đời và trôi theo dòng sông
Bao ký ức sẽ chảy tràn ra biển lớn
Vượt sóng ngầm, cưỡi ngọn gió Biển Đông

Vườn táo thơm ai cũng có trong lòng
Và giấu kín trong khoảng trời thơ mộng
Vườn táo thơm là yêu thương trân trọng
Để hái về một mùa say đắm táo môi thơm...

# GIẤC MỘNG HOÀNG UYÊN

Một thoáng môi cười, tôi gặp em
Trong vườn táo chín đã say mềm
Say theo hương táo hòa trong nắng
Nắng tỏa môi em đã rất hiền

Tôi biết tên em là Hoàng Uyên
Môi em táo chín đã một miền
Em cười lấp lánh hoa táo dại
Dại cả hồn đau một chữ duyên

Mùa này mưa gió đã triền miên
Đã thấy em cười, rất hồn nhiên
Ta về ủ mấy chum rượu cũ
Ta muốn cùng em uống say mềm

Ta đã mơ nàng, hỡi Hoàng Uyên
Ta đã thấy em hỡi Hoàng Uyên
Em cười sao giống ta ngày cũ
Đệm về có mấy kẻ ngủ yên

Ta hứa tặng em một bài thơ
Em làm cho bao kẻ ngẩn ngơ
Một trái táo thơm rừng xao động
Một cõi đi về đã ngu ngơ...

# EM ĐI VỀ PHÍA HẢI ĐĂNG

Em cứ đi, đi về phía hải đăng
Em cứ đi, dù đời khó khăn
Em cứ đi, đi về phía biển
Em cứ đi, lòng không ăn năn

Dù đường đời trăm lối
Dù đời là tăm tối
Em vẫn cứ đi về các nhánh sông
Và tràn ra biển lớn

Em vẫn đi, đi về phía hải đăng
Em vẫn đi, đi về phía có anh
Để nghe sóng gào muôn điệu nhạc
Để hòa âm với đất trời mênh mông

Em vẫn đi, hải đăng đang vẫy gọi
Những hoa sóng cuộn trào những niềm vui
Sóng vỗ bờ và tàu cập bến
Hải đăng soi đường cho ta tìm nhau

Dù bầu trời đầy sao
Hay là đêm tăm tối
Em cứ đi, hải đăng đang vẫy gọi
Bến bờ yêu tràn ngập những ánh đèn

Trăm con sông đều đổ ra biển cả
Trăm yêu thương vội vã tìm nhau
Tình yêu theo ngọn sóng dâng trào
Ta nắm tay nhau hòa vào biển lớn dạt dào...

## CHIỀU PENSÉE

Chiều pensée em rất nhớ anh
Gió lạnh từng cơn thổi qua mành
Nhớ anh quay quắt - lòng quay quắt
Quỳnh hương thôi nở... mắt long lanh

Chiều pensée mưa tuyết bay bay
Nhớ anh... đợi mãi chuyến bay dài
Nhớ anh tuyết phủ giăng ngập lối
Nhớ anh run rẩy dáng trang đài

Biển cả ngoài xa anh nhớ em
Mưa rơi từng giọt rất êm đềm
Mà sao lòng anh cơn bão nổi
Anh chờ nghe tiếng nói của em

Chiều pensee tím cả rừng chiều
Em ngồi bên cửa nhớ hắt hiu
Nhớ anh chới với trong cơn bão
Nhớ anh... em nhớ hết mọi điều

Ngoài khơi xa anh nhớ em pensée
Tim anh chìm đắm cõi u mê
Tiếng em như sóng gào trong gió
Anh chợt giật mình - phải quay về

Chiều pensée ta nhớ câu hẹn thề
Chiều pensée ta hứa đưa nhau về
Dẫu cho đời còn nhiều sóng gió
Anh hứa sẽ về nhé pensée...

*Tống Thu Ngân*

## LY CHANH GỪNG

Em muốn pha cho anh một ly mật, chanh, gừng
Một chút quế cay và nước ấm
Em muốn pha cho anh một mùi hương sâu đậm
Mình sẽ nhớ nhau hoài một hương vị rất riêng

Em muốn pha cho anh ly nước chống ưu phiền
Ly nước mang hương vị của một miền yêu dấu
Em muốn pha cho anh hương hoa bên bờ giậu
Dẫu tím buồn nhưng vẫn mãi thủy chung

Em muốn pha cho anh ly nước trùng phùng
Màu rực rỡ của mặt trời buổi sớm
Em muốn pha cho anh một bình minh vừa chớm
Nụ sen hồng chúm chím hé đôi môi

Em muốn pha cho anh ly mật đời vàng óng
Em pha mãi cho anh ly chanh gừng nóng
Để đừng quên vị ấm của tình yêu
Vị chua của những chiều mong đợi

Em muốn pha cho anh những điều không nghĩ ngợi
Yêu là cho đi không đòi lại bao giờ
Yêu là những năm tháng mong chờ
Mặn, nhạt, chua, cay, ngọt bùi ta nếm trải

Em muốn pha cho anh ly mật, chanh, gừng mãi mãi
Để anh nhớ những điều ta đã từng
Cười, khóc bên nhau, đớn đau và tuyệt vọng
Để nhớ hoài trong hạnh phúc mênh mang...

*Tống Thu Ngân* ©

## BÀI THƠ TÌNH THỨ CHÍN TRĂM

Bài thơ tình thứ chín trăm
Vẫn là bài thơ em viết cho anh
Bài thơ đếm theo từng nhịp thở
Nhịp thở đời xin đừng quá khó khăn

Bài thơ tình thứ chín trăm
Em không có gì phải ăn năn
Dòng đời và dòng sông đều chảy
Chảy mãi về nguồn của thâm tâm

Bài thơ tình thứ chín trăm
Anh hỏi em sao mắt buồn ngó xa xăm
Bài thơ này em quên không đặt tựa
Khi anh còn vật lộn với khó khăn

Bài thơ tình vượt qua những dòng sông
Chở nặng phù sa nhuốm bụi hồng
Trĩu nặng hai bên vườn cây trái
Mang đầy hương sắc những cánh đồng

Bài thơ tình thứ chín trăm mang nặng mối tình nồng
Em vẫn tặng anh tất cả tấm lòng
Tặng anh tất cả con tim nóng
Tặng anh trăm ngàn nỗi nhớ mong...

# XOÀI TÍM

Rồi cũng có một ngày trái xoài ra màu tím
Đẹp vô cùng những quả xoài thân thương
Xoài cũng biết chiều lòng tôi yêu màu tím
Những quả xoài tím cả một chiều vương

Tôi thẫn thơ đi dạo quanh khu vườn
Thương xoài tím đầu mùa mà say trái
Xoài tím ơi... hiểu dùm tôi vụng dại
Cứ yêu hoài màu tím của thủy chung

Cái nắng sáng nay cũng nũng nịu, dùng dằng
Cũng thương yêu và vui buồn e ngại
Xoài tím ơi hãy giúp tôi tìm lại
Những yêu thương trong sáng tựa như gương

Đừng để tôi phải suy nghĩ vấn vương
Đời gian dối... nhưng tôi thề không gian dối
Tình yêu ơi trái tim tôi thật tội
Tím hết rồi... màu xoài tím tôi yêu

Xoài tím ơi... tím cả chiều rơi
Tím cả đường chiều... tím mắt môi
Tím cả rừng cây màu thương nhớ
Tím cả một đời... tím chơi vơi...

*Tống Thu Ngân*

# TRÒ KHỈ

Khỉ ơi... sao cứ làm trò khỉ
Sao cứ leo cây, cứ khua môi
Ta có lạ gì trò mèo, trò khỉ
Ta có lạ gì... những tiếng thị phi

Khỉ ơi đừng có khỉ nữa nha
Ta thấy khỉ leo cũng vui mà
Đong đưa cành mận sang cành táo
Hai tay bốc hốt, lột vỏ ra

Giờ khỉ làm sao - sao cứ mà
Lên cây ngồi ngắm ba quả táo
Ngắm rồi... chẳng biết làm sao ta
Quay sang ngồi ngắm buổi chiều tà

Cả đời ta cứ làm trò khỉ
Suốt năm ta chỉ biết ngắm sao sa
Khỉ khô, khỉ gió, khỉ dòm nhà
Chẳng biết đây rồi khỉ hay ta

Nghĩ lại cuộc đời sao lắm khỉ
Khỉ con, khỉ mẹ, con khỉ già
Cuộc đời sao có nhiều trò khỉ
Ta ngồi ôm bụng... đau quá mà...

## CÚC HỌA MI - CẢM ƠN EM

Cảm ơn em - cúc họa mi
Cảm ơn em cho ta lời nói thầm thì
Hương thanh khiết cả một đời nguyên vẹn
Cảm ơn em như tháng Mười đã hẹn

Cảm ơn em ta đã thấy vui
Sắc trắng trinh nguyên vẫn ngủ vùi
Mùa về lồng lộng hương trinh nữ
Đôi mắt mơ màng - mắt có đuôi

Cảm ơn em - cúc họa mi
Mùa về ta mỏi cánh thiên di
Bên em vàng chín mùa lồng lộng
Ta nhớ em nhiều - cúc họa mi

Ước gì em ở lại cùng ta
Ta thích cùng em ở một nhà
Nhụy vàng lấp lánh - em lấp lánh
Ta biết ơn em mỗi chiều tà

Ta đã yêu rồi - cúc họa mi
Chim trời đã mỏi cánh thiên di
Cùng ta nhé - em về cùng ta nhé
Ta hôn em nhiều - cúc họa mi...

# MẬT ONG

Con ong vừa làm tổ
Con chim đã bay về
Mật ngọt những chiều quê
Nhả vàng tơ óng ả

Con ong đi hút nhụy
Hút nhụy của ngàn hoa
Những tinh túy đất trời
Để làm mật cho đời

Mong trời đừng bão lũ
Mà hãy nắng tinh khôi
Và gió hãy tuyệt vời
Cho muôn hoa thụ phấn

Mật ong, mật ong ơi
Lóng lánh giữa đất trời
Dịu dàng như lòng mẹ
Mật ngọt - ngọt không thôi

Nhè nhẹ hỡi chiều trôi
Từ từ ngày êm ả
Những giọt ngọc của trời
Những giọt mưa rơi rơi

Ngày em đến bên đời
Rừng tràm luôn mạnh mẽ
Vươn tay chào đón em
Và ướp mật ngoan hiền

Dâng đời bao trái ngọt
Dâng cả những sắc hương
Em mang về nhân ái
Để thấy lòng còn thương...

Tống Thu Ngân ©

# RÓT MẬT CHO ĐỜI

Ta đi rót mật cho đời
Rót câu nhân nghĩa cho người chính nhân
Ta đi rót mật ân cần
Cho em môi thắm tình thân với người

Ta đi rót mật cho đời
Càn khôn trao hết cho người dưới trăng
Ta đi lòng chẳng ăn năn
Càn khôn trao hết tình dâng, nước tràn

Ta đi lòng vẫn mơ màng
Gom bao nhiêu mật óng vàng lung linh
Ong về hút nhụy thật xinh
Ta về gom mật kết tình tóc tơ

Ta đi gom mật rừng mơ
Chín vàng những nụ nhung tơ hẹn hò
Mật đời sóng sánh rượu nho
Ta đi gom hết câu hò, lời ca

Mật đời ta rót cho cha
Hương hoa cho mẹ thiết tha dịu dàng
Ta đi rót mật cười vang
Nhạc đời run rẩy ứng vàng mùa vui...

# BÚN MẮM

Về miền Tây ăn bún mắm anh ơi
Bún đậm hồn quê, rất tuyệt vời
Và rau với mắm ngon, ngon lắm
Miếng đậu, miếng cà nghe chơi vơi

Về nhà em ăn bún mắm anh ơi
Bún cá với tôm rất tuyệt vời
Vắt một quả chanh rồi thêm ớt
Ăn vào trời nắng cũng mưa rơi

Nhà nông ăn mắm, với ăn rau
Đâu có chuyện chi mà nghèo giàu
Mắm linh, mắm sặc và mắm lóc
Bằm sả, lặt rau mau thật mau

Mời anh, mời chị ta cùng nhau
Miền quê gió mát lòng xôn xao
Rau lang, rau đắng và bông súng
Cà tím, mò om cùng có nhau

Tô bún miền tây thấm đẫm tình
Ba lai sông nước gái trung trinh
Tân Xuân ba khía ngon ngon lắm
Tô bún miền tây đậm nghĩa tình...

# NGỌT NGÀO

Ngọt lắm trao em những ngọt ngào
Của lòng anh đó tựa trăng sao
Cuộc đời đắng ngắt anh không ngọt
Sao cứ trao em những ngọt bùi

Em biết đời anh mấy khi vui
Đời anh có bao giờ được ngọt
Sao cứ trao em những ngọt bùi
Những chiều thương nhớ mãi không nguôi

Mật ngọt anh trao em cả rồi
Sao còn suy nghĩ những xa xôi
Trong anh, em ngọt vô cùng tận
Em ngọt riêng anh, ngọt cả đời

Những chiếc bánh thơm trong tâm tưởng
Những giọt mật đời rộn rã rơi
Anh về gom hết đời biển mặn
Ướp mật vào trong mỗi tiếng cười

Ngọt ngào em quyện ngọt ngào anh
Yêu thương, đùm bọc với dỗ dành
Anh chan mật đời vàng óng ả
Ngọt cả cuộc đời mắt long lanh.

# TA SẼ NẮM TAY NHAU VƯỢT LÊN SỐ PHẬN

Ta sẽ nắm tay nhau vượt lên số phận
Xin anh đừng buồn, đừng nghĩ, đừng lo
Ông trời không bắt ai phải trễ mãi chuyến đò
Ta sẽ nắm chặt tay nhau cùng vượt lên số phận

Yên lòng nhé anh ơi hãy ngủ
Sáng ngày mai mọi chuyện sẽ yên lành
Trời không bắt ai cứ mãi phải lanh chanh
Cứ mãi khổ không một ngày vui trọn vẹn

Ngủ đi anh, ngủ cho giấc ngoan nồng
Em ngồi canh cho anh yên lòng ngủ
Sáng ngày mai chúng mình cùng vượt lũ
Có em rồi anh hãy mạnh mẽ lên

Anh làm được mà, em biết anh làm được
Em rất biết anh không bao giờ thua cuộc
Nắm lấy tay em trong mọi phút giây
Thần hộ mệnh sẽ cùng anh vượt biển

Ngủ đi anh, ngày mai trời sẽ bình yên
Sóng gió qua rồi, sẽ không còn bão biển
Nắm tay em ta đi khắp mọi miền
Cười rạng rỡ với đàn con thơ dại...

*Tống Thu Ngân*

## ĐƯỜNG TRẦN GIAN CÓ GÌ

Đường trần gian có gì
Đường trần gian có chi
Qua mấy nẻo xuân thì
Đường trần gian có chi

Gieo buồn lên đôi mắt
Giắt lệ lên đôi mi
Em ướt cánh xuân thì
Đường trần gian có chi

Đi trên đồi cỏ non
Đôi chân gót đã mòn
Chợt nghe đời hư ảo
Đời người như ngựa phi

Về bên nhau... bên nhau
Áo xưa dù đã nhàu
Lắng nghe đời mưa gió
Gọi về bến bình yên

Đôi ta là đôi chim
Bay về đan tổ ấm
Ngoài kia sương còn đọng
Trên đóa hồng lung linh

Đường trần gian có gì
Lệ tràn lên đôi mi
Dìu nhau qua bão tố
Nụ hôn nồng trên mi...

Tống Thu Ngân ©

## HỌA MI VỀ

Họa mi về anh ơi họa mi về rồi đó
Cánh cửa đời rộng mở thênh thang
Trời xanh thăm thẳm, nắng chứa chan
Họa mi lấp lánh trắng nhụy vàng

Họa mi về, thức dậy đi anh
Trời đất mênh mông, biển trong lành
Hương thoang thoảng gọi đời muôn tình ý
Dậy đi anh, thôi muôn điều suy nghĩ

Họa mi về ta thanh thản yêu thương
Muôn bước chân chầm chậm trên đường
Hoa vẫn nở trong dặm trường thương nhớ
Họa mi ơi em về giữa giấc mơ

Không diễm lệ mà sao em rạng rỡ
Buổi bình minh lấp lánh tiếng reo ca
Chim ríu rít gọi nhau về làm tổ
Gọi yêu thương với mùa về độ lượng...

Này em hỡi, họa mi kia thánh thoát
Cúc họa mi xao động tận lòng người
Giữa thinh không, yêu dấu chơi vơi
Cúc họa mi về rồi anh ơi... hãy thức...

## ĐÔI MÌNH CÙNG ĂN QUẢ NGỌT

Đôi chúng mình cùng ăn quả ngọt
Ngọt lịm đời, ngọt lắm em ơi
Đôi ta là đôi chim hiền lành
Mang tiếng hót giúp cho đời yên ả

Đôi chúng mình bay khắp nơi nơi
Ngày tháng rong chơi rất tuyệt vời
Đôi chúng mình bay đi tìm quả ngọt
Để hái dâng đời những tinh khôi

Đời đôi ta là đôi chim đẹp
Trái ửng vàng, cành lá sum suê
Đôi chúng ta cùng đưa nhau về
Vùng sông nước, bao la mây gờn gợn

Này em ơi, bữa ăn đời đã dọn
Giữa thiên nhiên mây ngủ sắc đổi màu
Ta hãy cùng chung những ngọt ngào
Cùng tung cánh bay vào rừng mơ ước

Này anh ơi giữa cuộc đời mất được
Ta hẹn lòng nắm chặt mãi tay nhau
Dẫu ngoài kia thế giới muôn màu
Ta vẫn mãi sắt son màu chung thủy...

# CÚC HỌA MI

Ta đã về đây cúc họa mi
Có gì vui mà em cứ thầm thì
Lời yêu còn đó, trong làn gió
Ta vẫn chờ em cười mỉm chi

Ta rất thương nàng cúc họa mi
Trăm năm đã hẹn mấy xuân thì
Ta về ôm hết hoa trong nắng
Đặt dưới chân em rất nhu mì

Ta nhớ em nhiều, cúc họa mi
Ôm nàng ta sẽ hôn lên mi
Hôn lên màu nhớ nhung quay quắt
Ta sẽ hôn nàng lệ ướt mi

Này em trinh trắng cúc họa mi
Qua bao năm tháng cánh thiên di
Em vẫn hồn nhiên như cây cỏ
Em vẫn cùng ta chung lối đi

Ta nhớ em nhiều, cúc họa mi
Ta sẽ ôm em nói thầm thì
Họa mi thanh khiết hòa trong nắng
Dang tay ôm hết đóa xuân thì...

## MÙA THU DỊU DÀNG

Anh nắm tay em, thu đã vàng
Vàng mơ màu lá rộn âm vang
Đường thu yêu quá dầu đã muộn
Vẫn ngập trong tim ánh thu vàng

Con đường thu đã rộng thênh thang
Ngọt ngào mùa lá, gió lang thang
Có một trời thu, chiều lãng mạn
Có một tình yêu đã nồng nàn

Anh nắm tay em vào rừng yêu
Ta ngước nhìn nhau nói bao điều
Rộn lên trong mắt mùa hoa trái
Rộn cả rừng chiều những dấu yêu

Ta dấu trong tim những nỗi niềm
Dấu đi trong tất cả chiều êm
Để dành thu đó cho mùa nhớ
Để giữ cho nhau, những ngọt mềm

Này anh, thu đã rất dịu dàng
Em gom mùa lá vào không gian
Đường thu man mác mùi hoa cỏ
Em đã dịu dàng chờ sang ngang...

*Tống Thu Ngân* ©

## BƯỚM VỜN BÔNG CẢI SAU HÈ

Bông cải sau hè nắng che một nửa
Con bướm vàng mỗi bữa vẫn bay sang
Đố anh mà bắt được nàng
Em xào bông cải hanh vàng anh ăn

Bướm vàng mỏi cánh vờn quanh
Mù u che nửa cải xanh sau hè
Đố anh trèo được cây me
Thì em đây sẽ kết bè qua sông

Nghe đồn con gái xóm Đông
Quần vo tới háng làm đồng quanh năm
Bướm vàng bay cạnh rau răm
Liếc sang bông cải mắt đăm đăm buồn

Trời mưa nước ngập qua truông
Bướm bay mỏi cánh tìm đường ngủ đông
Cuộn mình trong kén long đong
Nhớ vườn hoa cải mà lòng xót xa

Bướm vàng đậu trước hiên nhà
Thương vàng bông cải bay ba cánh đồng
Sá chi cải đã lên ngồng
Sau hè anh vẫn qua sông gọi đò

Thương em nước cạn anh mò
Nước sâu anh lội, không đò cũng qua
Cải ngồng chúm chím nụ hoa
Vàng thu con bướm về nhà ngủ đông...

## NGƯỜI ĐÀN BÀ
## ĐI TRỒNG NHỮNG LUỐNG HOA

Người đàn bà đi trồng những luống hoa
Cả một thời hương sắc
Nàng cần mẫn, siêng năng
Những bông hoa luôn nở dưới chân nàng

Người đàn bà đi trồng những rừng cây
Bước chân nàng đi qua những đầm lầy
Bàn tay nàng chai sạn
Để cho đời những trái ngọt ngất ngây

Người đàn bà thu về đan áo cho cây
Tấm áo mùa thu thêu bông cúc vàng rực rỡ
Gom hết nắng về nàng se chỉ, luồn kim
Người đàn bà đan áo bằng tim

Người đàn bà gom thóc cho chim
Thảy vào mùa đông những hạt vàng nhún nhảy
Bước chân sáo tung tăng
Đàn chim về trú đông trong khu vườn kỳ ảo

Người đàn bà đi qua cơn bão
Chợt thấy mình sao bỗng hóa trinh nguyên
Nghe chim hót trong khu vườn hạnh ngộ
Tay ôm hết mùa hoa vàng mấy độ

Người đàn bà và những mùa hoa nở rộ
Nàng vẫn cười trao hết nhân gian
Những mùa hoa đã nở rực vàng
Mùa hoa tâm tưởng, đôi tay nàng vun xới...

*Tống Thu Ngân* ©

## HỒNG NHUNG MÙA GIÓ CHƯỚNG

Anh trao em một đóa hồng nhung
Trao hết con tim chẳng ngại ngùng
Chẳng có phân vân hay lưỡng lự
Bởi lẽ rằng ta sẽ bước chung

Buổi sáng hôm nay gió lạnh về
Ào ào lá đổ ngập đường quê
Gió mùa đông tới, mùa đông tới
Anh nắm tay em nói hẹn thề

Đôi hàng so đũa, dọc bờ đê
Tay cầm vạt áo em vân vê
Dưa leo trổ nụ... ơi trổ nụ
Anh muốn ngày mai đưa em về

Hồng nhung một đóa màu tim yêu
Màu của môi em, nét mỹ miều
Màu của tình yêu vừa chín tới
Màu của ngập tràn những dấu yêu

Một đóa hồng nhung rất nhu mì
Mà trong ánh mắt đọng bờ mi
Một tấm chân tình người trai trẻ
Đã mới vừa trao đóa xuân thì

Gió chướng mùa này thấy rét run
Đóa hoa vừa hái gửi tình chung
Hồng nhung run rẩy trong sương giá
Mùa về gió chướng mắt rưng rưng...

Tống Thu Ngân

# MỤC LỤC

* Lời tựa - Nguyễn Thành .................. 7
* Lời giới thiệu - MacDung ................ 15
* Bài phỏng vấn - Sỹ Liêm thực hiện ....... 23
1. Anh ơi hãy thức cùng em ................ 37
2. Mẹ ơi con sẽ về ........................ 38
3. Thầm thì ............................... 40
4. Cọng cần thơm ngát ..................... 41
5. Thương nhau quả ổi bổ tư ............... 42
6. Rồi đất sẽ nở hoa ...................... 44
7. Hoa biển .............................. 46
8. Qua cơn giông ......................... 48
9. Bài thơ tình số chín trăm chín mươi mốt  50
10. Tạ ơn nhau ........................... 52
11. Thương em cúc bách nhật ............... 54
12. Chiều bông điên điển .................. 56
13. Hoa nghiêng .......................... 58
14. Cảm ơn những người thầy ............... 60
15. Em vẫn hiền .......................... 62
16. Ngọn cỏ gió đùa ...................... 63
17. Nguyện cầu ........................... 64
18. Hương sen ............................ 65
19. Chiếc lá thinh không .................. 66
20. Vườn của bố .......................... 68
21. Đi qua miền nhớ ...................... 70
22. Hái vội nhánh đời .................... 72
23. Gom mật cho đời ...................... 74
24. Hình như là ngụ ngôn ................. 76
25. Quả táo tình yêu ..................... 78
26. Về với hoa sen hoa súng .............. 80
27. Bánh xèo bông điên điển .............. 82
28. Me dốt bột ........................... 84
29. Mưa thu giăng mắc .................... 85
30. Mẹ gánh con về gánh cả sen ........... 86
31. Một chút duyên thầm .................. 88

| | |
|---|---|
| 32. Chuông gió | 90 |
| 33. Thu dịu dàng | 92 |
| 34. Giấc mơ hoàng cúc | 93 |
| 35. Em vẫn muốn về đại ngàn | 94 |
| 36. Đi cấy | 95 |
| 37. Bướm đại ngàn | 96 |
| 38. Vịt chạy đồng | 98 |
| 39. Gánh muối | 99 |
| 40. Gió một triền | 100 |
| 41. Ai xinh hơn | 102 |
| 42. Liếm mũi nè | 103 |
| 43. Hoa bưởi trắng | 104 |
| 44. Nảy mầm | 105 |
| 45. Hoa mặt trời | 106 |
| 46. Cá rô kho tộ canh mướp mồng tơi | 107 |
| 47. Đỉnh ngàn hoa | 108 |
| 48. Em và cẩm tú cầu | 110 |
| 49. Mệt rồi mình hãy ngủ đi | 111 |
| 50. Bình bát | 112 |
| 51. Mèo bắt cá | 113 |
| 52. Người quê tôi | 114 |
| 53. Hoa mộc lan vẫn nở | 116 |
| 54. Quỳnh hương nhà mình nở | 117 |
| 55. Hái vội nhánh buồn | 118 |
| 56. Tô bún mắm | 120 |
| 57. Tình olive | 121 |
| 58. Vẫn chính là em | 122 |
| 59. Hoa xuyến chi | 124 |
| 60. Một chút sen | 125 |
| 61. Bún cá | 126 |
| 62. Giấc ngủ trẻ thơ | 127 |
| 63. Bồ công anh bay về đâu | 128 |
| 64. Đợi chờ | 130 |
| 65. Những cánh hoa diên vĩ | 132 |
| 66. Mùa thu đại ngàn | 134 |
| 67. Một thoáng tiểu thư | 136 |

| | |
|---|---|
| 68. Chuyện tình đôi sóc | 138 |
| 69. Hái vội một nhành hoa | 140 |
| 70. Dâng đời | 142 |
| 71. Trao nhau | 144 |
| 72. Thỏ ơi | 146 |
| 73. Em về với nai | 148 |
| 74. Gói cuốn | 149 |
| 75. Đôi chim chích | 150 |
| 76. Hạt gạo quê hương | 152 |
| 77. Đón lá | 153 |
| 78. Em che | 154 |
| 79. Tóc em thơm màu suy nghĩ | 155 |
| 80. Vườn táo thơm | 156 |
| 81. Giấc mộng hoàng uyên | 157 |
| 82. Em đi về phía hải đăng | 158 |
| 83. Chiều pensée | 160 |
| 84. Ly chanh gừng | 162 |
| 85. Bài thơ tình thứ chín trăm | 164 |
| 86. Xoài tím | 165 |
| 87. Trò khỉ | 166 |
| 88. Cúc họa mi - cảm ơn em | 167 |
| 89. Mật ong | 168 |
| 90. Rót mật cho đời | 170 |
| 91. Bún mắm | 171 |
| 92. Ngọt ngào | 172 |
| 93. Ta sẽ nắm tay nhau vượt lên số phận | 173 |
| 94. Đường trần gian có gì | 174 |
| 95. Họa mi về | 176 |
| 96. Đôi mình cùng ăn quả ngọt | 177 |
| 97. Cúc họa mi | 178 |
| 98. Mùa thu dịu dàng | 179 |
| 99. Bướm vờn bông cải sau hè | 180 |
| 100. Người đàn bà đi trồng những luống hoa | 182 |
| 101. Hồng nhung mùa gió chướng | 184 |

Liên lạc Tác giả
**Tống Thu Ngân**
thungantong@yahoo.com

Liên lạc Nhà xuất bản
**Nhân Ảnh**
han.le3359@gmail.com
(408) 722-5626

www.ingramcontent.com/pod-product-compliance
Lightning Source LLC
Chambersburg PA
CBHW020138130526
44591CB00030B/137